சில்வண்டு முதல் கிகாபைட்ஸ் வரை

அறிவியல் கட்டுரைகள்

ஹாலாஸ்யன்

ஹாலாஸ்யன் என்ற பெயரில் கட்டுரைகள் எழுதும் சிவராமன், ஒரு இணையவழிக் கற்றல் நிறுவனத்தில் பாடத்திட்ட வடிவமைப்பாளராகப் பணிபுரிகிறார். பள்ளிப் பருவத்தில் இருந்த அறிவியல் ஆசிரியர்களால் ஈர்க்கப் பட்டு, ஊக்கப்படுத்தப்பட்டு அறிவியலின் எல்லாத் துறைக ளிலும் ஈடுபாடுகொள்கிறார். இயற்பியல், வேதியியல், கணிதம், உயிரியல், சூழலியல், தொழில்நுட்பம், வானியல் ஆகிய தலைப்புகளில் பள்ளி மாணவர்களுக்கும், இதர இதழ்களுக்கும் கட்டுரைகள் எழுதுகிறார். மக்களுக்கு அறிவியலை எளிய மொழியில் கொண்டு சேர்ப்பதை முக்கியமானதாகக் கருதுகிறார். இவருடைய சமீபத்திய நூல், ‘எக்காலம்’ - அறிவியல் மூலம் காதலியுடன் பேசும் காதல் கட்டுரைகளின் தொகுப்பு.

சில்வண்டு முதல் கிகாபைட்ஸ் வரை

அறிவியல் கட்டுரைகள்

ஹாலாஸ்யன்

கிழக்கு

சில்வண்டு முதல் கிகாபைட்ஸ் வரை: அறிவியல் கட்டுரைகள்
Silvandu Mudhal Gigabytes Varai
Halaysyan ©

First Edition: May 2018
136 Pages

ISBN 978-93-86737-42-7
Kizhakku - 1090

Kizhakku Pathippagam
177/103, First Floor, Ambal's Building,
Lloyds Road, Royapettah, Chennai 600 014.
Ph: +91-44-4200-9603
Email : support@nhm.in | Website : www.nhm.in

kizhakkupathippagam kizhakku_nhm

Author's Email: yes.eye.we.yea@gmail.com

Kizhakku Pathippagam is an imprint of New Horizon Media Private Limited

தொடர்ச்சியாய் எழுத அனுமதித்த
என் வீட்டாருக்கு...

உள்ளே

	முன்னுரை	 09
1.	2016 ஆம் ஆண்டின் மருத்துவ நோபல்	 13
2.	2016 ஆம் ஆண்டின் வேதியியல் நோபல்	 16
3.	சில்வண்டுகள் அறிவிக்கும் கணிதம்	 19
4.	லூ ஷடாலியே கோட்பாடு	 23
5.	காற்றைச் சுத்திகரிக்கும் கோபுரம்	 26
6.	அத்திப்பழமும் கூட்டுவாழ்வும்	 30
7.	பாலிமரேஸ் செயின் ரியாக்ஷன்	 34
8.	தாவரங்கள் தூங்குமா?	 39
9.	கடல் மத்துகள்	 43
10.	கடலுக்கான உரம் இரும்பு	 47
11.	பீவர்களின் அணை	 52
12.	அதிவேக இணையமும் அற்புதவிளக்கும்	 57

13. மறைநீர் 65

14. டயட் 73

15. எங்கே செல்லும் இந்தப் பாதை 81

16. கிடைமட்டக் கற்றல் 89

17. மின்சாரமும் ஜடத்துவமும் 97

18. உளவியல் நங்கூரங்கள் 104

19. வண்டுருட்டாம்பழம் 107

20. ஒளி மாசு 110

21. தண்ணீரில் இறங்கும்போது 113

22. மடக்கும் வாழ்வும் 116

23. தாமதித்த நன்மை பெறல் 118

24. மூர் விதி 124

25. ஹைப்போகான்ட்ரியாக்கள் 130

26. பவளப்பாறைகள் 133

முன்னுரை

இன்றைக்கெல்லாம் சராசரியாய் ஃபேஸ்புக்கில் வாட்ஸாப்பில் குறைந்தபட்சம் பத்து என்ன ஏதென்று அறியாமல் பகிரப்படும் செய்திகள் நமக்கு வருகின்றன. இரண்டு நிமிடம் நிதானித்துச் சிந்தித்தால் அவற்றில் எட்டை நீங்களே அழித்து விடுவீர்கள். நான்கு சனி நான்கு ஞாயிறுகள்? கொண்ட அபூர்வ பிப்ரவரி மாதம் 2018ல் இருக்கிறது என்று வரும் செய்தியை விரல் விட்டு எண்ணிப் பார்த்து எல்லா வருடத்திலும் பிப்ரவரியும் நாலு சனி ஞாயிறு இருக்குமே என்று சொல்லிவிடலாம். அதற்கு அடுத்தபடியாய் கொஞ்சம் அறிவியல், மருத்துவக் கலைச் சொற்களுடன் ஏதாவது எழுதி பீதியைக் கிளப்பி விடுகிறார். கொஞ்சம் யோசித்தால் தண்ணீரைப் பற்றி? சில வேதியியல் சொற்களைத் தூவி எழுதப்பட்ட ஒரு செய்தி மூலம் குளிக்கவோ குடிக்கவோ பயம் வரவைக்க முடியும். அவ்வகைச் செய்திகளைப் படித்ததும் பயம் தொற்றிக் கொள்ளும். அந்தக் கலைச்சொற்களை லேசாய் புரட்டிப் போட்டு என்னதான் சொல்லியிருக்கிறார்கள் என்று? பார்க்கத் தோன்றாது.

காரணம் நமக்கு அறிவியல் மீது, குறிப்பாகச் சொல்ல வேண்டுமென்றால் அறிவியல் மொழி மீது ஒரு ஒவ்வாமை இருக்கிறது. ஹைபிஸ்கஸ் ரோஸா ஸினென்ஸிச் என்று முட்டி முட்டி மனப்பாடம் செய்கிறோம். அதை பிடித்த மானதாய் ஆக்குவதற்கான முயற்சிகள் 99% பள்ளிகளில் செய்யப்படுவதில்லை. எதும் செய்ய ஆயுத்தமாக இருப்பதாக வும் தெரியவில்லை.இதனாலேயே கடன்காரன் வீடு

இருக்கும் தெருவைச் சுற்றிக்கொண்டு? போவதுபோல் அறிவியலை முடிந்தவரை தவிர்க்க முற்படுகிறோம்.

ஆனால் உண்மையில் வியக்கத்தக்க பிரம்மாண்டங்கள், மிக நுண்ணிய விஷயங்கள், ரியாலிட்டி ஷோ எலிமினேஷன் களைத் தாண்டி நாம் உண்மையாகவே கவலைப்பட வேண்டிய விஷயங்கள் போன்ற பலவற்றை அறிவியல் நமக்குத் தரும்?. அதன் சில பரிமாணங்கள் ''ரொம்ப ஆடாதீங்கடே'' என்று நம்மை அடக்கம் கொள்ளச் செய்யும்.

எனக்கு அறிவியலின் மீது ஆர்வம் வந்தது அதனால்தான். நம் வரலாற்றின், வாழ்க்கைத் தர மேம்பாட்டின், ஏன் சில பெருஞ்சோகங்களில் அதன் பங்கு மிக முக்கியமானது. அதன் அணுகுமுறையும் பார்வையும் பல இடங்களில் வேறு தளத்தில் இருக்கும். நாம் சின்ன விஷயம் என்று கடந்துபோகும் ஒன்றின் பின் மிகப்பெரிய சிக்கலான கோட்பாடு இருந்து இயக்கும். பெரிய விஷயம் என்று? நினைப்பதன் பின்னால் எளிமையான கோட்பாடு? ஒன்று நம்முடன் கண்ணாமூச்சி ஆடும்.

இதனை விளக்குவதற்கு ஆங்கிலத்தில் ஏகப்பட்ட புத்தகங்கள்? கொட்டிக் கிடக்கின்றன. ஆய்வுகளை, முக்கியத் தொழில்நுட்ப முன்னேற்றங்களை அனைவருக்கும் புரியும் வகையில் விளக்கும் வலைப்பக்கங்கள், யூட்யூப் பக்கங்கள் அனேகம். தமிழில் இதற்கான தளங்களோ? செயல் பாடுகளோ போதாதென்பது மிகப்பெரிய குறை. தமிழுக்கும் அறிவியலுக்கும் ஏதாவது செய்ய வேண்டும் என்ற எண்ணம் இருந்துகொண்டே இருந்தது.

ஏதோ கவிதைகள் எழுத ஆரம்பித்து, அதன்பின் அறிவியல் எழுதி வெள்ளோட்டம் பார்க்கையில் அவற்றிற்கு நல்ல? வரவேற்பு இருந்தது?. அப்படி அறிவியல் கட்டுரைகளாக, **2016** மார்ச் மாதத்தில் இருந்து சொல்வனம்.காம், பிற இணைய தளங்கள், வலம் இதழ், என் முகநூல் பதிவுகள் என்று ?எழுதியவற்றின் தொகுப்புதான்? உங்கள் கையில் இருக்கிறது. எல்லோரும் வாசிக்க வேண்டுமெனில் அறிவியல் கலைச்சொற்களில் சமரசம் செய்யாமல் அதேநேரம் எளிமையான நாம் தொடர்புபடுத்தக்கூடிய உதாரணங் களோடு எழுத வேண்டும். அதை என்னால் இயன்ற வரையில் செய்ய முயன்றிருக்கிறேன்.

இவற்றை புத்தகமாக்க முடியுமா என்று கேட்டவுடன் உடனே இசைந்த கிழக்கு பதிப்பகம் ஹரன் பிரசன்னா சாருக்கும், இந்தக் கட்டுரைகளை வெளியிட்ட வலம் இதழ், சொல்வனம்.காம் மின்னிதழ், fb2b இணையதளம், ஃபேஸ்புக் கட்டுரைகளை வாசித்து உரையாடி ஊக்குவித்த நண்பர்கள் அனைவருக்கும் நெஞ்சார்ந்த நன்றியைத் தெரிவித்துக்கொள்கிறேன்.

இந்தத் தொகுப்பை, நான் எழுத அமர்ந்திருக்கையில், வீட்டு வேலைகளில் என் பங்களிப்பாக இருந்திருக்க வேண்டிய வற்றையும் என்னை எதிர்பார்க்காமல் செய்து என்னைத் தொடர்ச்சியாய் எழுத அனுமதித்த என் வீட்டாருக்குச் சமர்ப்பிக்கிறேன்.

ஹாலாஸ்யன்

2016 ஆம் ஆண்டின் மருத்துவ நோபல்

தீவிரமான பசியில் சிறுகுடலைப் பெருங்குடல் தின்கிறது என்று சொல்லுவோமல்லவா... அது ஒரு உதாரணத்துக்குச் சொல்வதுதான். அப்படியெல்லாம் ஒரு உறுப்பு இன்னொரு உறுப்பை அலேக்காக ரசகுல்லா போல் முழுங்கி ஆனந்த பாஷ்யமெல்லாம் காட்டாது. ஆனால் செல்களுக்குள் நடக்கும்.

செல்களின் அழிவுச் செயல்பாடுகள் மூன்று வகைப்படும். நெக்ரோஸிஸ் (necrosis) வெளியில் இருந்து ஏற்படும் காயத்தால் ஏற்படும் செல் இறப்பு. அடுத்தது அபோப்டோஸிஸ் (apoptosis) அடிப்படையில் ஒவ்வொரு செல்லும் ஒரு டைம் பாம். இத்தனாம் தேதி இறந்து போகவேண்டும் என்று கெடு இருக்கும். அந்தத் தேதி வந்ததும் செல்லின் கரு சுருங்கும், மீதி அவயவங்கள் அழிக்கப்படும். சுருங்கச் சொன்னால் programmed cell death. மூன்றாவது ஒரு வகை இருக்கிறது. ஆட்டோஃபஜி (autophagy). ஆட்டோஃபஜி என்பது auto - தன்னையே phagy - உண்ணுதல். ஆனால் இதில் முழு அழிவு நடக்காது. சுருக்கமாக இது எப்படி நடக்கிறது என்று சொல்லுகிறேன். பின்னர் சற்றே விரிவாகப் பார்ப்போம்.

செல்லுக்குள் பல அவயங்கள் இருக்கும். பட்டியல் இட ஆரம்பித்தால் அடிக்க வருவீர்கள். பழுதுபட்ட அல்லது நாள்பட்ட அவயம் ஒன்று இருக்கிறது என்று வைத்துக் கொள்வோம் . அதற்குக் கொடுக்கப்படும் ஆற்றல் வீண். அப்படி இருக்கும் அவயம், வில்லன் க்ரூப்புக்குள்

இருக்கும் ஹீரோவின் நண்பன், பல பேர் இறுக்கிப் பிடித்துக்கொள்ளக் கொல்லப்படுவதுபோல் கரைந்து அந்த வேதிப்பொருட்கள் மீண்டும் பயன்படுத்த அனுப்பப்படும்.

1950-களில் Christain de duve என்பவர் செல்கள் இப்படித் தன்னைத்தானே கொஞ்சம் தின்பது சில என்ஸைம்களால் நடைபெறுகிறது எனவும் அவை லைஸோஸோம் (lysosome) எனப்படும் தனி அவயங்கள் எனவும் கண்டுபிடித்தார். லைஸோஸோம்கள் அவயங்களை ஜீரணிக்கும் முன் பேகோஃபோர் phagophore என்னும் அமைப்பு அழிக்கப்பட வேண்டிய உறுப்பை அப்படியே சூழ்ந்து ஆட்டோஃபேகோஸோம் ஆக மாற்றும். பின் அது லைஸோஸோமால் அழிக்கப்படும். Christian de duve ஆட்டோஃபஜி என்னும் சொல்லை *1960*களில் உருவாக்கினார். இந்தக் கண்டுபிடிப்பிற்காக christian de duve அவர்களுக்கு *1974*ஆம் ஆண்டுக்கான மருத்துவ நோபல் பரிசு வழங்கப்பட்டது. ஆனால், இந்தச் செயல்பாடு ஏன் நடக்கிறது எப்படி நடக்கிறது என்னும் செயல்முறைகளில் தெளிவு இல்லை.

இந்நிலையில்தான் ஜப்பானில் டோக்யோ பல்கலைக் கழகத்தில் துணைப் பேராசிரியராக இருந்த திரு. யோஷினோரி ஓஷுமி Yoshinori Oshumi, ஆட்டோஃபஜி பற்றிய ஆராய்ச்சியில் இறங்குகிறார். நம் வீட்டு இட்லி மாவைப் புளிக்க வைக்கும் ஈஸ்டை (saccharomyces cerevisae) எடுத்து அதில் ஆரம்பிக்கிறார். நம்மைப் போன்ற பரிணாமத்தில் வளர்ந்த உயிரிகளுக்கு அவயங்களை அழிக்கும் வேலையை லைஸோஸோம்கள் செய்கின்றன. பரிணாமத்தில் அவ்வளவாக வளராத உயிரிகளில் vacuoles அந்த வேலையைச் செய்கின்றன. சில குறிப்பிட்ட என்ஸைம்களைத் தடுத்து நிறுத்தி எவையெல்லாம் இதில் பங்கு கொள்கின்றன என முதலில் கண்டறிகிறார். பின் ஈஸ்டில் ம்யூட்டேஷன்களைக் கொண்டுவந்து அந்த ஆட்டோஃபஜி நடப்பதற்குக் காரணமான ஒரு ஜீனைக் கண்டறிகிறார். அதற்கு autophagy 1(ATG-1) எனப் பெயரிடுகிறார். இப்படியே ATG - 15 வரையிலான ஜீன்களையும், ஆட்டோஃபஜியில் அவற்றின் பங்களிப்பையும் தெளிவு படுத்துகிறார். இதற்காகத்தான் திரு. ஓஷுமிக்கு அந்த ஆண்டுக்கான *(2016)* மருத்துவ நோபல் பரிசு அறிவிக்கப் பட்டது.

ஆட்டோஃபஜி, செல்லுக்கு அழுத்தம் கொடுக்கப் படுகையில் குறிப்பாகப் பட்டினி கிடக்கையில் ஆற்றல் பயன்பாட்டை வீணாக்காமல் இருக்கப் பழைய அவயங்களை, செல்களுக்குள் சும்மா கிடக்கும் பெரிய அளவுடைய புரதங்களை மறுசுழற்சி செய்யும். செல்லுக்குள் அத்துமீறும் நுண்ணுயிரிகளை வேட்டையாடு வதிலும் ஆட்டோஃபஜிக்கு முக்கியப் பங்கு இருக்கிறது. கருவில் வளரும் குழந்தையின் வளர்ச்சி, புற்றுநோய்க்கான மருத்துவ ஆராய்ச்சி, அல்ஸைமர்ஸ் போன்ற மூளைச் செல் சிதைவு ஆகிய ஆராய்ச்சிகளில் இந்த ஆட்டோஃபஜி முக்கியப் பங்காற்றுகிறது. மருத்துவத்தில் இது ஒரு மைல்கல் என்றே சொல்லலாம். இதைத் திறம்படச் செய்து, நோபல் பரிசு பெற திரு. யோஷினோரி ஒஷுமியை வாழ்த்துவோம். வாழ்க நீ எம்மான்.

•

2016 ஆம் ஆண்டின் வேதியியல் நோபல்

கருவிகளும் இயந்திரங்களும் இல்லாத ஒரு வாழ்வை இன்றைய தேதிக்கு நம்மில் யாராலும் நினைத்துக்கூடப் பார்க்க முடியாது. ஆரம்பத்தில் மிகப் பெரிய அளவில் தயாரிக்கப்பட்ட இயந்திரங்கள் காலப்போக்கில் அளவில் சுருங்கின. புகையைக் கக்கி, பெரிய இரைச்சலோடு நகர்ந்த நீராவி இஞ்சின்கள் இன்று ரேஸ்கார்கள் வரை வந்து விட்டன. பெரிய செப்புக் கம்பிகளோடு வந்த மோட்டார் இன்று அளவில் சுருங்கி இன்று எல்லோர் மொபைலிலும் உள்ளே ஒளிந்திருக்கிறது.

இயந்திரங்கள் செய்வதில் நமக்கு ஒரு அடிப்படைச் சிக்கல் இருக்கிறது. நம் அளவுதான் அது. ஒரு கடிகார மெக்கானிக் கண்ணில் லென்ஸ் வைத்துக்கொண்டு பழுது பார்க்கிற அளவுதான் மனிதக் கைகளுக்குத் திறன். அதற்கு மேல் நுண்ணியதாகச் செய்ய நாம் இயந்திரங்களை வடிவமைக் கிறோம். இதெல்லாம் அடிப்படையில் நம் ஈகோவுக்குத் தீனி போடுகிற விஷயம். நெருப்பை, நீரை, காற்றைத் தன் கட்டுக்குள் வைத்து தொடர்ச்சியாகத் தன் மேலாதிக்கத்தை நிறுவுகிறான். ஆனால், உயிர்வேதியியல் அவன் ஈகோவுக்கு விழுந்த ஊமைக்குத்து.

நம் உடல் ஒரு மிகப் பெரிய வேதியியல் சோதனைக்கூடம். ஆயிரக்கணக்கான வேதிவினைகள் ஒவ்வொரு நொடியும் நிகழ்கின்றன. என்ஸைம்களும் ஹார்மோன்களும் முன்நின்று நிகழ்த்தும் வினைகள் இவை. அதுவும் குறிப்பாக இந்த என்ஸைம்கள் ஒவ்வொன்றும் ஒவ்வொரு இயந்திரம் . பிற மூலக்கூறுகளை வெட்டுவது, தைப்பது,

ஒட்டுப்போடுவது, கிழித்தெறிவது என்று அநாயாசமாகச் சுழலும். ஒவ்வொரு நொடியும் நம் உடலுக்குள் நடக்கும் செல் பிரிகை நிகழ்வில் நம் டி. என். ஏ வின் இரட்டை ஜடையைப் பிரித்து அதைப் பிரதியெடுத்து வெட்டி ஒட்டுகிற வேலையை நான்கு என்ஸைம்கள் செய்கின்றன. அசுர வேகம். ஆக அணுக்களின் அளவுடைய, அணுக்களினால் ஆன இயந்திரங்கள் இருக்கின்றன. ஆனால் அவற்றை நம் கட்டுக்குள் வைக்க நம்மால் முடியாது.

நம் கட்டுக்குள் வைக்க வேண்டுமெனில் அதை நாம் செய்ய வேண்டும். அதாவது, அதற்கு நாம் ஒரு சிறு இயந்திரம் செய்து, அதைக்கொண்டு இப்படியே நுணுக்கி நுணுக்கிச் செய்வது. இது ஒரு வழி. மற்றொன்று அணுக்களை ஒன்றாக்கிக் கிடைக்கும் மூலக்கூறுகள் மூலம் இயந்திரங்கள் செய்வது. நோபல் பரிசு வென்றவரான ரிச்சர்ட் ஃபெய்ன்மேன் Richard Feynman *1984*ல் ஒரு உரை நிகழ்த்துகிறார். வெறுங்கால், ஒரு டி ஷர்ட், முக்கால் பேண்ட் போட்டுக்கொண்டு பீச்சில் வாக்கிங் போகும் கிச்சா மாமா மாதிரி வந்த அவர் 'இப்போது, நகரும் பாகங்களை உடைய, வெகு நுண்ணிய இயந்திரங்கள் பற்றிப் பேசலாம்' என்று ஆரம்பிக்கிறார். பாக்டீரியாக்களின் flagella வை மேற்கோள் காட்டிய அவர் எலெக்ட்ரான் நுண்ணோக்கியால் பார்க்கக்கூடிய சிறு இயந்திரங்களைச் செய்வது பற்றிப் பேசுகிறார். எதிர்காலக் கனவுகள், யூகங்கள், புனைவுகள் இவற்றையெல்லாம் அறிவியல் ஏற்பது இல்லை. அறிவியல் என்பது சோதனை முடிவுகளை, தரவுகளை, நிறுவுதல்களை நம்பி இயங்கும் களம். அங்கு கற்பனைகளுளையும் எதிர்பார்ப்புகளையும் விட நடைமுறை சாத்தியங்களுக்கே இடம். ஆயினும் சில அறிவியல் முன் யூகங்கள் முக்கியமானவை. பேச்சின் முடிவில் அவர் கூறிய வார்த்தைகள்தான் அந்த ஆண்டு *(2016)* நோபல் பரிசின் அச்சாரம்:

'இன்னும் ஒரு *25-30* வருடங்களில் இவை எல்லா வற்றுக்கும் அன்றாட உபயோகம் இருக்கும். ஆனால் என்ன உபயோகம் என்பது எனக்குத் தெரியாது'.

Feynman ஐ மெய்ப்பிக்க திரு. ஜீன் பியர்ரி சாவேஜ் (Jean Pierre sauvage) சங்கிலியின் இரு கண்ணிகள் போன்று ஒரு மூலக்கூறை இன்னொன்றுக்குள் கோர்த்து உருவாக்குகிறார். இதன் மூலம் புது வகையான ஒரு வேதிப்பிணைப்பை

chemical Bond அவர் உருவாக்கி இருக்கிறார். நமக்குத் தெரிந்ததெல்லாம் எலெக்ட்ரான்கள் ஒன்றோடொன்று இயைகிற பிணைப்புகள். இவருடையது mechanical bond. ஒரு மூலக்கூறு இன்னொரு மூலக்கூறைப் பொறுத்து அசையும். இந்த அசைவுதானே இயந்திரங்களின் அடிப்படை.

அடுத்ததாக ஃபரேஸர் ஸ்டோட்டார்ட் Fraser stoddart 1991ல் வளையம்போல் இருக்கும் ஒரு மூலக்கூறை dumb bell வடிவத்தில் இருக்கும் மூலக்கூற்றில் மாட்டி கழன்று வராத படிக்குத் தயாரிக்கிறார். அச்சில் பூட்டப்பட்ட சக்கரம் போல். 1994ல் வெப்பப்படுத்தும்போது அந்த வளையம் இங்கும் அங்கும் குறிப்பிட்ட தூரம் நகர்கிறது எனக் கண்டுபிடிக்கிறார். அதைக்கொண்டு ஒரு செயற்கை தசை மூலக்கூறையும் ஒரு மூலக்கூறு மின்தூக்கியையும் செய்கிறார். Molecular muscle and molecular lift.

பென் ஃபெரிங்கா Ben Feringa 1999ல் முதல் மூலக்கூறு மோட்டாரைத் தயாரிக்கிறார். மூலக்கூறுகளில் இருக்கும் பகுதிகளை ஒருபுறமாகச் சுழலவைக்க முடியாமல் இருந்த சிக்கலை அவர் புற ஊதாக் கதிரையும் வெப்பத்தையும் கொண்டு கட்டுப்படுத்துகிறார். அவருடைய மோட்டார் வினாடிக்கு சுமார் ஒரு கோடி தடவை சுழல்கிறது. 2011ல் நிஜமாக நேனோ கார் ஒன்றைச் செய்கிறார்கள். ஒரு மயிரிழையின் லட்சத்தின் ஒரு பங்கு அளவுடைய ஒரு காரை ஒரு தளத்தில் ஓடச்செய்து சாதனை செய்திருக்கிறார்கள்.

இந்த மாலிக்யூலர் இயந்திரங்களுக்காகத்தான் மேற்சொன்ன திரு. சாவேஜ், திரு. ஸ்டோடார்ட், திரு, ஃபெரிங்கா மூவருக்கும் 2016 ஆம் ஆண்டுக்கான நோபல் பரிசு வழங்கப்படுகிறது.

'சார்! நாலு கார்பன் கார்பன் பாண்டு உடஞ்சிருக்குது, ரெண்டு காப்பர் ஆட்டம் வேற காணோம். ஐநூறு ரூவா ஆவும். நூறு ரூவா அட்வான்ஸ் குடு. சாயந்திரம் வந்து வாங்கிக்க. டேய் பையா!! சார் வண்டிய எலக்ட்ரான் மைக்ரோஸ்கோப்புல ஏத்து' என்று க்ளவுஸ் போட்ட மெக்கானிக் எதிர்காலத்தில் நம்மிடம் சொல்லக்கூடும்.

•

சில்வண்டுகள் அறிவிக்கும் கணிதம்

பாரதிதாசன் ஒரு கவிதையில் அழகாய் ஆரம்பிப்பார்

தன்பெண்டு தன்பிள்ளை சோறுவீடு
சம்பாத்தியம் இவையுண்டு தானுன்டென்போன்
சின்னதோர் கடுகுபோல் உள்ளம் கொண்டோன்
தெருவார்க்கும் பயனற்ற சிறிய வீணன்

என்று.

பல நேரங்களில் நமக்கும் மேல், நம்மால் கட்டுப்படுத்த முடியாத விஷயங்கள் எப்படி நடக்கின்றன என்று யோசிக்க மறுக்கிறோம். ஒரு எறும்பு, ஈ, காக்கா, நாய், பூனைன்னு ஒவ்வொன்றும் நமக்கு ஏதோ ஒன்றைச் சொல்லித் தருகின்றன. உயிர்வாழ வேண்டும் என்னும் அடிப்படை உந்துதல்தான் கால் உடைந்த ஒரு நாயைத் தத்தித் தத்தி நகரவும், உணவு தேடவும் வைக்கிறது. ஒவ்வொரு உயிரியும், ஏன் ஒட்டுண்ணியும் தான் வாழ்வதற்காகத் தன்னைத் தகவமைத்துக்கொண்ட முறை பிரமிக்க வைக்கும்.

கட்.

அப்படியே ஆறாங்கிளாஸ் கணக்கு வகுப்புக்குப் போவோம். எண்கள் பாடத்தில் காரணிகள் (factors) பகு எண்கள் (composite numbers), பகா எண்கள் (prime numbers) நடத்திக் கொண்டிருக்கிறார்கள். மதிய உணவுக்குப் பின்னான முதல் பாடவேளையாகக் கணக்கு வகுப்பு இருந்து தூங்கியவர் களுக்காகத் திரும்ப ஒருமுறை சுருக்கமாகப் பார்த்து விடலாம். ஒரு எண்ணை மீதம் இல்லாமல் வகுக்கக் கூடிய

எல்லா எண்களும் அந்த எண்ணுக்குக் காரணிகள்தான். 6 அப்டிங்கற எண்ணுக்கு 1,2,3,6 இதெல்லாம் காரணிகள். இப்படி ரெண்டுக்கும் மேற்பட்ட காரணிகள் இருக்கற தெல்லாம் பகு எண். இதுவே 11 என்ற எண்ணை எடுத்துக் கொள்வோம். அதை 1 மற்றும் 11 ஆகிய இரு எண்களையும் தவிர வேற எந்த எண்ணும் மீதி இல்லாமல் வகுக்காது. இப்படி இருப்பதெல்லாம் பகா எண். இவன் என்னடா இப்புடி எறங்கிட்டான் என்று யோசிக்காதீர்கள்.

இன்னொரு கட்.

அப்படியே காலாற ஒரு காட்டுக்குள் போவோம். காதுகளைக் கூர்மையாக்கிக்கொள்ளுங்கள். கவனமாய்த் தடம் வையுங்கள். நீங்கள் மிதிக்கிற இலைக்குக் கீழ் ஒரு பூச்சி தன் உணவைத் தேடிப் போய்க்கொண்டிருக்கலாம். ஒரு சிலந்தி தன் இரையைப் பிடிக்க விரித்த வலையின், அதிர்வு அறியும் இழையை அறுத்து, அதை ஏமாற்றி விட்டிருக்கலாம். அவ்வளவு பெரிய காட்டுக்குள் நாம அற்பம். அது பிரம்மாண்டம். சாவகாசமாக ஆனால் மிகுந்த ரசனையோடு வேலைசெய்யும் ஒரு தேர்ந்த சிற்பி போன்றது அந்தக் காடு. அந்தக் காடு உயிர்ப்புடன் இருக்கிறது என்பதை அறிவிப்பதே சத்தமும் அசைவுகளும்தான். அங்கு ஒரு கர்நாடக இசைக்கச்சேரியின் சுருதிப்பெட்டி போல சில்வண்டுகளின் ரீங்காரம் கேட்கும். தன் இருத்தலைச் சொல்லி, தன் தேவையைக் கூவிக் கேட்கும் உயிரி அது. ஆனா நம்மில் நிறைய பேர் ஒரு சில்வண்டைப் பார்த்திருக்கமாட்டோம். ஆனால், அதன் ரீங்காரத்தைக் கேட்டிருப்போம். அந்தச் சில்வண்டுகளில் ஏகப்பட்ட உட்பிரிவுகள் உண்டு. அதில் இரண்டு வகைகளுக்கு தனிச்சிறப்பு உண்டு. அவைதான் பதினேழு அப்புறம் பதிமூன்று வருடச் சில்வண்டுகள் (17 and 13 year cicadas). மண்ணுக்குள்ளேயே மறைந்திருந்து அத்தனை வருடங்களுக்கு ஒருமுறை வெளியில் வந்து இனப்பெருக்கம் செய்வதால் தான் அந்தப் பெயர்.

பெரும்பாலான உயிரினங்களின் வாழ்க்கைச் சுழற்சி பகு எண்களில்தான் இருக்கும். ஒரு குறிப்பிட்ட எண்ணிக்கை யிலான வருடங்களில் அந்த உயிரினத்தின் தொகை உச்சத்தைத் தொடும். பின் உணவு அரிதாகி, இனப்பெருக்கம் சுருங்கி ஒரு குறைவான எண்ணை அடையும். அதனால் என்ன என்று கேட்கிறீர்களா சொல்கிறேன்.

நமக்குத்தான் சிள்வண்டுகளைத் தெரியாதே தவிர காட்டில் வாழும் பெரும்பான்மை உயிரிகள் சில்வண்டுகளைச் சாப்பிடும். அப்படி இந்தச் சிள்வண்டுகளின் வாழ்க்கைச் சுழற்சி ஒரு பகு எண்ணாய் அமைந்துவிட்டால் அது மொத்தமாய் அழிவை நெருங்குகிற வாய்ப்பு அதிகம்.

உதாரணமாக பன்னிரெண்டு வருடங்களுக்கு ஒருமுறை முட்டையிடும் என்று வைத்துக்கொள்வோம். அப்படி வைத்துக்கொண்டால் 2,3,4,6,12 வருடங்களில் தொகை உச்சம் அடையும் உயிரினங்களின் சுழற்சியோடு அவற்றின் அதிகபட்சத் தொகை இருக்கும் வருடம் ஒத்துப் போய்விடும். அப்போது இனப்பெருக்கம் நடக்க வாய்ப்பில்லாமல் வேட்டையாடப்பட்டு இறந்து போகும்.

இந்த ஒன்றோடொன்று பின்னிப்பிணைந்த வாழ்க்கைச் சுழற்சியை எப்படிக் கண்டுபிடித்தார்கள் என்றால் சுமார் 1700களின் லிங்க்ஸ் lynx என்னும் ஒரு வகை சிவிங்கிப்புலித் தோலுக்காக அதைப் பிடிப்பதற்கு ஹட்ஸன் Hudson பகுதியில் திரிவார்கள். அப்படி வருடக்கணக்காகத் திரிகையில் ஒரு வருடம் அனேகம் சிவிங்கிப் புலிகள் கிடைக்கும்; அடுத்த வருடம் சிவிங்கிப் புலிகளே கிடைக்காதாம்.

இதைப்பற்றிய ஆராய்ச்சியில் இறங்குகையில், இந்த சிவிங்கிகளின் எண்ணிக்கை மாறக் காரணம் அந்தச் சிவிங்கிப் புலிகளின் பிரதான உணவான snowshoe hare என்னும் முயலின் வாழ்க்கைச் சுழற்சிதான் என்று கண்டறிகிறார்கள். பெரும்பாலும் இந்தக் கொறித்துண்ணி வகை விலங்குகள், மிகக் குறுகிய கால அளவில் பெருமளவு பெருகுகிற திறனுள்ளவை. இரண்டு எலிகள் பதினெட்டே மாதத்தில் ஆயிரம் எலியாகப் பெருகிவிடும். அப்படி snowshow hare முயலெல்லாம் உணவு மிகுதியாகக் கிடைக்கையில் ஏகத்துக்கும் இனப்பெருக்கம் செய்து பெருகினால், உணவு கிடைக்கும் அளவு குறைந்துவிடும். இப்படி மிகுதியாக இவை திரியும்போது இவற்றை வேட்டையாடும் சிவிங்கிப் புலிகள் உணவு மிகுதியால் அதிகம் இனப்பெருக்கம் செய்யும். முயல்களின் எண்ணிக்கை குறையும் போது சிவிங்கிகளின் எண்ணிக்கையும் குறையும். இயற்கை தன்னுடைய சமநிலையை நிலைநிறுத்திக் கொள்ளவே பார்க்கும். வேதியியலில் இதை லு ஷாட்டலியே கோட்பாடு என்று சொல்வார்கள் (Le

Châtelier's principle). அதைப்பற்றித் தனியாய்ப் பார்க்கலாம். நாம் முயல்-புலி கதைக்கு வருவோம். இந்த இரண்டாம் கட்ட உண்ணிகள் (secondary consumers) ஆன புலி போன்ற வற்றின் வாழ்க்கைச் சுழற்சி இரண்டில் இருந்து பத்து வருடங்களுக்குள்தான் அமையும். அதாவது அந்தக் குறிப்பிட்ட கால இடைவெளியில் அவற்றின் தொகை, மிக அதிகம், மிகக் குறைவு என இரண்டு நிலைகளையும் கடக்கும்.

அந்தப் புரிதலோடு நாம் அப்படியே சிள்வண்டு கதைக்கு வருவோம். பகு எண்களின் ஒன்றான 12 போன்ற எண்களை வாழ்க்கைச் சுழற்சியாகக் கொண்ட சிள்வண்டுகள் என்ன ஆகும்? உதாரணமாக ஒரு கீரி வகை மூன்று ஆண்டுகளில் அதிகத் தொகையை எட்டும்; ஒரு குள்ள நரி நாலு ஆண்டுகளில் எட்டும்; ஒரு பறவை இனம் ஆறு வருடங்களில் எட்டும் என்று வைத்துக்கொள்வோம். இவை எல்லாமே சிள்வண்டுகளைச் சாப்பிடும். 2016ல் அதிகத் தொகையில் இருக்கும் கீரி வகை அடுத்து 2019,2022,2025,2028,2031 வருடங்கள்ல உச்சமடையும். அதே நரி வகை 2016, 2020, 2024, 2028, 2032 என உச்சமடையும், பறவை இனத்துக்கு 2022, 2028, 2034 எனப் போகும். இந்த வருஷத்துக்கு பின் 2028ல் ஒரு மாமாங்கத்துக்குப் பின் எட்டிப்பார்க்கும் சிள்வண்டுகள் ஒரே நேரத்தில் உச்சத் தொகை கொண்ட மூன்று உயிரிகளாலும் தாக்குதலுக்கு உள்ளாகும்.

ஆனால் 17 வருடங்களுக்கு ஒருமுறை வரும் சிள்வண்டுகள் ஒரு கீரியின் வாழ்க்கைச் சுழற்சியுடன் பொருந்த 17 X 3 = 51 வருடங்களும், நரியுடன் பொருந்த 17 X 4 = 68 வருடங்களும், பறவையினத்துடன் பொருந்த 17 X 6 = 102 வருடங்களும் ஆகும். இதுவும் கணிதம்தான் மீச்சிறு பொது மடங்கு (LEAST COMMON MULTIPLE). மேலும் தனித்தனியாகத் தாக்கப்படுவதால் இடைப்பட்ட காலத்தில் இனத்தொகையை ஈடு செய்ய நேரம் இருக்கும். தொகையும் சமாளிக்கக்கூடிய அளவு வளர்ந்துவிடும். இந்த வருடக்கணக்கை மண்ணுக்கு அடியில் இருந்து நாட்காட்டி இல்லாமல் கணக்கிடும் திறமையை இயற்கை அவற்றுக்குக் கொடுத்திருக்கிறது. நமக்குத்தான் மனைவியின் பிறந்த நாள் அல்லது நம் மண நாள் மறந்து போய்விடுகிறது.

•

15.8.2016 சொல்வனம்.காம் 155ஆவது இதழில் வெளிவந்த கட்டுரை.

லூ ஷடாலியே கோட்பாடு

அகத்தியர் படம் பார்த்திருக்கிறீர்களா அதில் சீர்காழியாரின் குரலில் 'உலகம் சமநிலை பெறவேண்டும். உயர்வு தாழ்வில்லா நிலைவேண்டும்' என்னும் அழகான பாடல் வரும். அந்தப் பாடல் படத்தில் வரும் இடம் நமக்குத் தெரியும்தானே. கயிலையில் சிவனுக்கும் பார்வதிக்கும் திருமணம் நடக்கையில் எல்லாரும் வடபகுதிக்குப் போய் விட வடக்கு தாழ்ந்து, தெற்கு உயர்கிறது. அந்தச் சமநிலையை மீட்க அகத்தியரை, நானே பொதியை மலைக்கு வருகையில் காட்சி தருகிறேன் என தாஜா செய்து அனுப்பி வைக்கிறார். அவரும் பொதியைக்கு வந்து சமநிலையை மீட்கிறார். ஆக ஒரு சமநிலையில் ஒரு மாற்றம் உருவாகும்போது, அந்தச் சமநிலையானது, மாற்றத்தை எதிர்த்து நகர்கிறது, தன் சமநிலைத்தன்மையை மீட்டெடுக்க முயல்கிறது. இதைத்தான் வேதியியலில் லு ஷாடலியெ கொள்கை என்கிறார்கள்.

வேதியியல் என்றதும் தெறித்து ஓடாமல் கொஞ்சம் ஊன்றினோமானால், இந்தக் கொள்கைதான் உயிரின் மூச்சு. உவமையாகச் சொல்லவில்லை. மூச்சு விடுதலினால் நடக்கும் வளிப் பரிமாற்றத்தை இந்தக் கொள்கை அழகாக விளக்குகிறது. அதற்குமுன் நாம் கொஞ்சம் கொள்கை என்ன என்று பார்த்துவிடலாம். கொள்கை தெரியாமல் படித்தால் அறிவியல் கட்டுரை அல்ல; அரசியல் கட்டுரை.

ஒரு வேதிவினையில் இரண்டு பொருட்கள் வினைபுரிந்து வேறுபொருட்களாக மாறும் அல்லவா; ஆனால் சில வினைகளில் புதிதாக உருவானதற்கு அப்படியே எதிர்வினையும் நடக்கும். இரண்டு திசை வினைகளின் வேகமும் ஒரு சமநிலைக்கு வரும். இதை வேதிச் சமநிலை என்பார்கள். பொதுவாக வேதிவினைகள் அழுத்தம்,

வெப்பநிலை, கொள்ளளவு, வினைபொருளின் திறன் (pressure, temperature, volume and concentration) இவற்றைச் சார்ந்து வேறுபடும். வேதிச் சமநிலை வினைகளில் ஒரு வினை வெப்பம் உமிழ்ந்தால், மற்றொன்று வெப்பம் உறிஞ்சும். ஒருபக்கம் அழுத்தம் குறைந்தால் மற்றதில் அழுத்தம் அதிகமாகும். ஒருபக்கம் கொள்ளளவு குறைந்தால், மறுபக்கம் கொள்ளளவு அதிகமாகும்.

இப்படி இருக்கிற ஒரு சமநிலையில் நீங்கள் எதையாவது மாற்றுகிறீர்கள் என வைத்துக்கொள்வோம். அந்த வினை, ஏதோ தூக்கத்தில் அதன் தலையணையை நாம் திருடினாற் போல் செயல்பட்டு அந்த மாற்றத்தை எதிர்த்து நகரும். வெப்பத்தைக் குறைத்தால் வெப்பம் அதிகரிக்கும் பக்கம் நகரும். அழுத்தத்தை அதிகரித்தால் அழுத்தம் குறையும் பக்கம் நகரும். ஒரு வினைபொருளின் அளவு அதிகரித்தால், அதன் அளவைக் குறைக்கும் வினையின் பக்கம் நகரும். கபாலி படம் மாதிரி நீ என் வால்யூமைக் கொறச்சா நான் வால்யூமை அதிகமா ஆக்குவேண்டா என வசனம் பேசும். இப்போது கொள்கை விளங்கியிருக்கும் என நினைக்கிறேன். அப்படியே இன்னும் கொஞ்சம் பார்த்துவிடலாம்.

இந்தக் கொள்கையை முதலில் உருவாக்கிய ஹான்ரி லூயிஸ் லு ஷாடலியெ (Henry Louis Le Châtelier) என்ற ஃப்ரெஞ்சு அறிவியலாளர், தளவாடங்கள் செய்ய, முக்கிய மாக வெடிபொருட்கள் செய்ய, முக்கியமான மூலப் பொருளான அம்மோனியாவை (NH3) அதன் தனிமங்களான நைட்ரஜன் மற்றும் ஹைட்ரஜனைக் கொண்டு தயார் செய்ய முயல, அதில் ஏதோ கோளாறாகி வெடித்துப் பின் அந்த முயற்சியைக் கைவிட்டார். அதன்பின் பின் ஹேபர் (Haber) என்பவர் இதை உந்துதலாக எடுத்துக்கொண்டு அம்மோனியா தயாரிப்பை வெற்றிகரமாகச் செய்தார்.

அம்மோனியா உருவாகும் வினை ஒரு சமநிலை வினை. அதிகமாக அம்மோனியாவைப் பெற நாம் அந்த வினையில் சில சித்துவேலைகள் பார்க்க வேண்டும். அம்மோனியா உருவாகும் பக்கம் வினையைத் தள்ளுவதற்கு நாம் லு ஷாடலியெ கொள்கையைத்தான் நம்ப வேண்டி யிருக்கிறது. அம்மோனியா இல்லையெனில் உலகப் போர் இல்லை, ரசாயன உரங்கள் இல்லை. இந்தக் கொள்கையைப் பயன்படுத்தாமல், தொழிற்சாலைகளில் அதிகமாக உபயோகிக்கப்படும் கந்தக அமிலம் உற்பத்தி கிடையாது. தொழிற்புரட்சியின் உயிர்நாடி இது.

வேதிச் சமநிலைக்காகச் சொல்லப்பட்ட இந்தக் கொள்கையை எல்லாச் சமநிலைகளுக்கும் பொருத்திப் பார்க்க முடியும். இயற்கை ஒரு சமநிலை. தன்பால் சிறு மாற்றம் ஏற்படுகையில் இயற்கை அதைச் சரிசெய்ய முற்படுகிறது. இரண்டாம் உலகப்போரின் முடிவில், ஜெர்மனியில் ஆண்களின் எண்ணிக்கை மிகப் பெரும் சரிவைச் சந்திக்க, அதன் பின்னான வருடங்களில் ஆண் குழந்தைகள் அதிகம் பிறந்ததாக எங்கேயோ படித்த ஞாபகம். புவி வெப்பமயமாதல் என்னும் சமநிலை மாற்றத்துக்குப் புவி எதிர்வினையாற்றலை ஆராய்ந்திருக்கிறார்கள். ஐரிஸ் விளைவு (iris effect) என்று அதற்குப் பெயர்.

முன்னம் ஓரிடத்தில் லு ஷாடலியெ கொள்கையை மூச்சு எனச் சொன்னேன் அல்லவா. அதைப் பார்த்துவிடுவோம். ஒவ்வொரு செல்லும் மாவுச்சத்தை ஆக்ஸிஜனோடு கலந்து எரித்துக் கரியமில வாயுவை வைத்திருக்கும். ரத்தத்தில் இருக்கும் ஹீமோக்ளோபின் உடன் கரியமில வாயு இணையக்கூடியது. கரியமில வாயு மிகுதியாக இருப்பதால், லு ஷாடலியெ சொன்னதுபோல் அது ஹீமோக்ளோபின் உடன் இணையும். அதை அலேக்காகத் தூக்கிக்கொண்டு போய் நுரையீரலில் விடுகையில், நுரையீரலில் கரியமில வாயு இல்லாததால் அங்கு கரியமில வாயு விடுபட்டு நாம் வெளிவிடும் காற்று வழியாகப் போய்விடும். ஆக்ஸிஜனுடன் ஹீமோக்ளோபின் இணைவதையும் இதைப்போல் விளக்க முடியும். அது நுரையீரலில் ஹீமோக்ளோபின் முதுகில் தொற்றிக்கொண்டு செல்களில் இறங்கிக் கொள்ளும். இதுமட்டும் அல்ல. தானியங்கி நரம்பு மண்டலத்தால் உடலின் பல்வேறு கூறுகளின் அளவைக் கட்டுக்குள் வைத்திருக்கும் homeostasis என்னும் அக நிலைப் புடைமையைக் கூட லு ஷாடலியெ கொள்கையால் விளக்க முடியும். உயிரி வினைகள் எல்லாமே சமநிலை வேதிவினைகள்தானே.

ஆக, இனிமே பிள்ளைகள் சொல்வதற்கு அப்படியே எதிராக நடந்துகொண்டால் வையாதீர்கள். அதுவும் லு ஷாடலியெ விளைவாக இருக்கக்கூடும்.

•

1.9.2016 சொல்வனம்.காம் 156ஆவது இதழில் வெளிவந்த கட்டுரை

காற்றைச் சுத்திகரிக்கும் கோபுரம்

பாரதியின் அமரத்துவம் பெற்ற பாடல்களில் ஒன்று 'காற்று வெளியிடைக் கண்ணம்மா, நின்றன் காதலை எண்ணிக் களிக்கின்றேன்'. ஆனால் பாரதி இந்நாளில் இருந்திருந்தால் காற்று வெளியிடையில் காதலை எண்ணிக் களித்திருப்பானா என்று தெரியாது. ஆனால் நிச்சயம் கரும்புகையையும், தூசும், மாசும் அடர்ந்த காற்றைக் கண்டிருப்பான்.

வளர்கின்ற நாடுகளில் 98% நகரங்கள் உலக சுகாதார மையம் வகுத்த காற்று சம்பந்தப்பட்ட அளவீடுகளை மீறியே இருக்கின்றன. வளர்ந்த நாடுகளில் இது 58%. வளரும் நாடுகள் தொழிற்சாலை உற்பத்தியையே தங்களின் பொருளாதார வளர்ச்சிக்கு நம்பியிருப்பதால் காற்று மாசுபாடு என்பது தவிர்க்க முடியாததாகிவிடுகிறது. வாகனப் புகையோடு பனி சேர்கையில் கொடிய நச்சுத்தன்மை கொண்ட பனிப்புகை smog உருவாகிறது. கண் எரிச்சல், மூச்சுவிடுவதில் சிரமம் எனத் தொடங்கி புற்றுநோய் வரை உடலில் இது பாதிப்பை ஏற்படுத்தும். ஆனால் இந்தக் காற்று மாசுபாட்டைக் குறைக்கச் சொன்னால் வளர்ந்த நாடுகள் தம்மீது நடத்துகிற அரசியல் தாக்குதல் என வளரும் நாடுகள் கொதிக்கின்றன.

கொஞ்சம் இந்தக் காற்று மாசுபடும் பொருட்கள் எவை யென்று பார்த்தால் வாயு நிலையில் இருக்கும் நைட்ரஜன் மற்றும் சல்ஃபர் ஆக்ஸைடுகள், அதன்பின் வைரஸ், பாக்டீரியா போன்ற நுண்ணுயிரிகள், அதன்பின் particulate matter எனப்படும் துகள்மப் பொருட்கள் போன்றவை.

மைக்ரோமீட்டர் அளவுகளில் சொன்னால் இந்தத் துகள்மங்களில் 2.5 முதல் 10 மைக்ரோமீட்டர் வரை இருப்பவை; அதற்குமேல் புழுதி இதெல்லாம். இதில் இந்த 2.5 முதல் 10 வரையிலான துகள்மங்கள் ஆபத்தானவை. அவற்றின் சிறிய அளவுகளால் வடிகட்டப்படாமல், நேரடியாக நுரையீரலும் ரத்தத்திலும் கலந்துவிடக் கூடியவை. இவற்றை PM (particulate matter) 2.5 மற்றும் PM 10 என அழைக்கிறார்கள். இவைதான் பனிப்புகை உருவாக்கத்தில் முக்கியமானவை.

இந்தப் பனிப்புகை தாக்கத்தால் உலகில் மோசமாகப் பாதிக்கப்பட்ட நகரங்களில் முக்கியமான நகரம் பீஜிங். ஹாலந்தைச் சேர்ந்த டான் ரூஸ்ஹார்ட (Daan Roosgarde) என்பவர் பீஜிங்குக்குச் சுற்றுலா போகையில் தங்கியிருந்த விடுதியில் இருந்து நகரின் அழகை ரசிக்கலாம் என்று பார்த்தால் மொத்த பீஜிங்கையும் இந்த நச்சுப்புகை கம்பளி மாதிரி போர்த்தியிருந்திருக்கிறது. இதனால் உந்தப்பெற்ற அவர் காற்று சுத்திகரிக்கும் ஒரு கோபுரத்தை வடிவமைத்திருக்கிறார். ஏழு மீட்டர் உயரம் கொண்ட அது மணிக்கு சுமார் ஆயிரம் கன மீட்டர் காற்றில் இருந்து இந்தத் துகள்மங்களைப் பிரித்து எடுக்கிறது. இத்தனைக்கும் ஒரு தேநீர் தயாரிக்கும் இயந்திரம் பயன்படுத்தும் அதே மின்சக்தியில். ஆச்சரியம்தானே.

அந்தக் கோபுரம் ஏதோ புண்ணிய க்ஷேத்ரங்களில் பாவங்கள் தொலைகிற கதையாக உள்ளே வரும் காற்றை மாயத்தால் புனிதப்படுத்துவதில்லை. சிறுவயதில் சீப்பைப் பரபர வென்று துணியில் தேய்த்துச் சிறு காகிதத் துகள்களை ஈர்ப்பதை வைத்து விளையாடியிருப்போம் அல்லவா. முன்பு வந்துகொண்டிருந்த பிக்சர் ட்யூப் கொண்ட தொலைக்காட்சி அணைக்கப்பட்டதும் அதனருகில் போய் கைகளைக் காட்டிக் கையில் இருக்கும் முடிகள் குத்திட்டு நிற்பதை அனுபவித்திருப்போம். அந்தத் திரையைக் கூர்ந்து கவனித்தால் அதன் மேல் ஒரு மெல்லிய தூசுப் படலம் இருக்கும். இதெல்லாம் static electricity என்னும் நிலை மின்னியலின் விளையாட்டு. நேர் மற்றும் எதிர் மின்னேற்றம் செய்கிற விளையாட்டு. அதே நிலைமின்னியல்தான் இங்கு காற்றைச் சுத்திகரிக்கப் பயன்படுகிறது.

காற்றில் இருக்கும் இந்தத் துகள்கள் வண்டல் போல் கீழே தங்காது, அதேநேரம் கரைந்தும் போகாமல் ஒரு கூழ்மமாக (colloid) திரிசங்குபோல் சுற்றிக் கொண்டிருக்கும். கூழ்மப் பொருட்களில் உள்ள துகள்கள் எல்லாம் மின்னேற்றம் பெற்றவை. அவற்றின் அளவு அவற்றைக் கீழே வண்டலாகத் தங்காமல் பாதுகாக்கிறது. எல்லாத் துகள்களும் ஒரே மாதிரியான மின்னேற்றம் பெற்றவை. எனவே ஒன்றோடொன்று மோதாமல் அப்படியே திரியும். அவற்றின் மின்னேற்றத்தை அவற்றின் இருந்து வெளியேற்றியோ எதிர் மின்னேற்றம் பெற்ற ஒரு தகட்டில் மோதவிட்டோ பிரித்து எடுக்கலாம். தொலைக்காட்சித் திரையில் தூசு படிவது எலெக்ட்ரான்கள் மோதி மோதி மின்னேற்றம் பெற்ற திரையில் தூசு தன் மின்னேற்றத்தைத் தொலைத்து படியும். மின்னேற்றம் போனால் அப்படியே கீழே தங்கிவிடும். அதைத்தான் அந்த கோபுரம் செய்கிறது. தன்பக்கம் காற்றை இழுத்து மின்னேற்றத்தைச் சமன் செய்து துகள்களைத் தனியாகப் பிரித்துவிடுகிறது. பின் சுத்தமான காற்றை அழுத்தத்துடன் வெளியேற்றுகிறது. தொழிற்சாலைகளின் புகைகளில் இருந்து இந்த மாதிரி துகள்மங்களை காட்ரல் வீழ்படிவாக்கி (Cottrell's precipitator) இதே மாதிரிதான் பிரித்து எடுக்கிறது.

தன் சொந்த ஊரில் டான், தான் வடிவமைத்த கோபுரத்தை அமைத்துப் பார்க்கையில் காற்றின் தரத்தில் குறிப்பிடத்தக்க நல்ல மாற்றம் ஏற்பட்டிருக்கிறது. அந்தக் கோபுரத்துக்கு அடியில் முயல்கள் குடிபுகுந்திருந்திருக்கின்றன. நல்ல காற்றுக்காக வந்திருக்கும் போல! பீஜிங்கில் இந்தக் கோபுரத்தை வைத்தும் வெள்ளோட்டம் பார்த்திருக்கிறார் கள். மக்களிடம் ஓட்டெடுப்பு நடத்தித் தொடரலாமா வேண்டாமா என முடிவு செய்ய இருக்கிறார்கள். 2022 இல் ஒலிம்பிக் பீஜிங்கில் நடைபெற இருப்பதால் சீனா இன்னும் நிறைய கோபுரங்களைக் கேட்கும் என எதிர்பார்க்கிறார்கள். டேனுக்கு மேலும் பல நகரங்களுக்கு தன் கோபுரத்தை எடுத்துச் செல்ல ஆசையிருக்கிறது. சற்றே வெட்கப்பட வேண்டிய விஷயமாக அவரின் பட்டியலில் டெல்லியும் இருக்கிறது. இந்திய நகரங்களில் மோசமாகப் பாதிக்கப் பட்டிருக்கும் நகரம் அது.

அந்தக் கோபுரத்தால் இன்னொரு பயன் இருக்கிறது. அந்த கோபுரம் சேர்க்கும் துகள்மங்களை அழுத்தத்தால் வடிவம்

கொடுத்துக் கழுத்தில், காதில், விரலில் அணியும் நகைகளில் பதிக்கிறார்கள். முதல்கட்டமாக நூறு மோதிரங்கள் செய்ய அனைத்தும் விற்றுத் தீர்ந்துவிட்டனவாம். மேலும் செய்யத் திட்டமிட்டிருக்கிறார் டேன். நிச்சயதார்த்த மோதிரங் களுக்கு நிறைய பேர் வாங்கிச் சென்றார்களாம். இதனால் சூழலியல் பக்கம் மக்களின் கவனத்தைத் திருப்ப முடியும் என நம்புகிறார். நம்ம ஊரில் மாசு அதிகரிக்காமலிருக்க ஆக வேண்டியதைப் பார்க்க வேண்டும். இல்லையெனில் 'காற்று வாங்கப் போனேன் கொஞ்சம் கேன்சர் வாங்கி வந்தேன்' என்றாகிவிடும்.

•

20.9.2016 சொல்வனம்.காம் 157ஆவது இதழில் வெளிவந்த கட்டுரை

அத்திப்பழமும் கூட்டுவாழ்வும்

ஆங்கிலத்தில் ஒரு சொலவடை உண்டு. Knowing Tomato is a fruit is knowledge. Not adding it to a fruit salad is wisdom. அது உண்மைதான். தக்காளி என்பது பழம். இந்தத் தாவரவியல் மிகவும் விந்தையானது. நிறைய முரண்களை உடையது. ஸ்ட்ராபெர்ரி என்று நாம் சாப்பிடும் பழம், பெர்ரி வகையைச் சேர்ந்தது அல்ல; ஆனால் வாழைப்பழம் பெர்ரி வகையைச் சேர்ந்தது. சீதாப்பழம் என்பது ஒரே பழம் அல்ல. அது ஒரு கூட்டுக்கனி. Compound fruit என்பார்கள். சீதாப்பழங்கள் என்று எழுதவேண்டுமோ, தெரியவில்லை. கொஞ்சம் விலை அதிகமாக இருந்தாலும் அதிகமாகச் சாப்பிடப்படும் அத்திப்பழம் மற்ற பழங்களைப்போல் பூப்பூத்து சூல்கொண்டு பழமாவதில்லை. என் வழி தனி வழி என்று அத்தி மரம் தனி வழி வைத்திருக்கிறது. அதற்கு முன்...

உயிரியல் என்பது சார்புதான். ஆ! அதெல்லாம் இல்லை. நான் யாரையும் சார்ந்து இருக்கவில்லை என்று ஜம்பமெல்லாம் பேச முடியாது. நம் உணவைச் செரிமானம் செய்கிற வேலையில் குறிப்பிடத் தகுந்த அளவை gut biota எனப்படும் வயிற்றில் இருக்கும் நுண்ணுயிரிகள் செய்கின்றன. ஆக, செரிமானம் முதற்கொண்டு நாம் பிற உயிரிகளை நம்பி இருக்கத்தான் வேண்டியிருக்கிறது. இந்தச் சார்பு பல விதமாக இருக்கும். ஒன்று predation. ஒரு உயிர் இன்னொரு உயிருக்கு உணவாகும். இது ஒரு பக்கச் சார்புடையது. அடுத்தது parasitism. தொற்றுயிரி. ஒரு உயிரியின் உடலில் வாழ்ந்து அதனிடம் இருந்து உணவை, வாழிடத்தைப்

பிடுங்குவது. அடுத்தது symbiosis. ஒத்துவாழ்தல். இது இரண்டு பக்கமும் நன்மை பயக்கும். நம் வயிற்று பாக்டீரியாக்கள் அப்படித்தான். அதற்கு இடமும் உணவும் கிடைக்கிறது. நமக்குச் செரிமானப் பளு குறைகிறது. இது எல்லாமே வாய்ப்பிருந்தால் மட்டுமே நிகழக் கூடியது.

இவற்றையெல்லாம் விடச் சிக்கலான ஒரு அமைப்பு இருக்கிறது. Mutualism. சார்புயிர்ப்பு (சொல்லுக்கு நன்றி : கவிஞர் மகுடேஸ்வரன்) இரண்டின் வாழ்க்கைச் சுழற்சியும் ஒன்றோடொன்று பிணைந்தவை. இது இல்லாமல் அது இல்லை. வெகு சில உயிரினங்கள் அப்படி இருக்கின்றன. அவற்றுள் குறிப்பிடத்தக்கது அத்திப் பழமும் அத்திப்பழத்து வண்டும் (fig wasp).

அத்திக்காய் என்பது பிற தாவரங்களைப்போல் பூ காயாக வளர்வதில்லை. காய் என்பதே உள்பக்கமாக மையத்தை நோக்கி வளர்ந்த பூக்களின் தொகுப்பு. ஆங்கிலத்தில் syconium என்று பெயர். அதில் மகரந்தம் உள்ள ஆண் பூக்களும், சூல்பை உள்ள பெண் பூக்களும் உண்டு. அத்திக்காய்களில் ஆண் காய்களும் (caprifigs) உண்ணக்கூடிய காய்களும் உண்டு (edible figs). இரண்டிலும் உள்ளே பூக்கள்தான். ஆனால் ஆண் காய்களில் பெண் அத்திப்பூச்சிகள் (fig wasp) முட்டையிட ஏதுவான பூக்கள் இருக்கும். பெண்காய்களில் முட்டையிட முடியாத நீளமான பூக்கள் இருக்கும். இந்த ஆண் காய்களில் இயற்கையாக இருக்கும் ஒரு துவாரம் வழியாகப் பெண் அத்திப்பூச்சி (fig wasp) உள்நுழையும். அதற்குத் தேவை முட்டையிட ஒரு இடம். பூவுக்குள் நுழையும் முயற்சியில் அது தன் இறகுகளையும், முன்னால் இருக்கும் உணர் இழையையும் இழந்துவிடும். சோர்ந்தபடி குற்றுயிராகத் தன் முட்டைகளை இடும். முட்டை யிடுகையில் தன் பிறந்த வீடான பழைய அத்திக்காயி லிருந்து எடுத்து வந்த மகரந்தத்தால், இந்தப் பூவில் மகரந்தச் சேர்க்கை நடத்தும். முட்டையிட்டு முடித்தபின் அந்தப் பூவிலேயே மடிந்துவிடும். முட்டைகள் பொரிந்து புழுக்களாக மாறுகையில் அத்தி விதையைச் சுற்றி இருக்கும் சதைப்பற்றான பாகத்தை உண்டு வளரும். ஆண் அத்திப்பூச்சிகள் முதலில் முழு வளர்ச்சி பெற்றுவிடும். வளர்ச்சி அடையாத பெண் அத்திப்பூச்சிகளோடு உறவு கொண்டு சூல் கொள்ளச் செய்யும். குருடாய், இறக்கை யின்றிப் பிறக்கும் இந்த ஆண் பூச்சிகள், உறவு கொண்ட

பின்னர் உள்ளிருக்கும் ஆண் பூக்களைச் சிதைத்து மகரந்தத்தை வெளிப்படுத்தி, பின் பெண் பூச்சிகள் வெளியேற உள்ளிருந்து பாதை குடையும் . பழத்தை விட்டு வெளிவந்ததும் சிறிது நேரத்திலேயே இறந்துவிடும். பெண் பூச்சிகள் வளர்ந்து மகரந்தத்தைச் சேகரித்து ஆண் குடைந்து வைத்த வழியாக வெளிவரும். பின்னர் முட்டைக்காக இன்னொரு அத்திக்காயைத் தேடிப் பறக்கும் . இங்குதான் இயற்கை கொஞ்சம் தகிடுதத்தம் செய்கிறது.

இந்தப் பெண் பூச்சிகளால் ஆண் காய்களுக்கும் (caprifigs) உண்ணக்கூடிய காய்களுக்கும் (edible figs) வேறுபாடு சொல்ல முடியாது. ஏற்கனவே சொன்னதுபோல் உள்ளே போய்விடும். அங்கு ஆண் காயானால் முட்டையிட்டு மகரந்தச் சேர்க்கை நடத்தும். உண்ணக்கூடிய காயானால் முட்டையிட முடியாது. மகரந்தச் சேர்க்கை மட்டும்தான். ஆக ஆண் பூவானால் சாகும் தறுவாயில் 'என்னோட கடமையை நான் செஞ்சுட்டேன். நிம்மதியா செத்துப் போறேன்' என்று வசனம் பேசும் ஹீரோவின் அப்பாவைப் போல் உள்ளேயே செத்துப் போகும். மறுபடி சுழற்சி ஆரம்பிக்கும். பெண் பூவில் நுழைந்தால் ஆன்டி க்ளைமாக்ஸ். மகரந்தத்தை மட்டும் வாங்கிக்கொண்டு பூக்கள் தன் வேலையைப் பார்க்கப் போய்விடும். அத்திப்பூச்சி ஏமாற்றத்தோடு சாகும். முட்டையிட்டால் பழம் நமக்கில்லை, முட்டையிட முடியவில்லை எனில் பழம் நமக்கு. அப்படி உண்ண முடிந்த பழத்தைத்தான் பறவைகளும் விலங்குகளும் உண்டு தம் கழிவுகளால் அத்தி மரத்தைப் பரப்புகின்றன.

அத்திப்பழம் இந்த அத்திப்பூச்சி இன்றியும், அத்திப்பூச்சி இந்த அத்திப்பழம் இன்றியும் இருக்க இயலாது. ஒன்றின் இருப்பு மற்றொன்றின் இருப்பைச் சார்ந்தே உள்ளது. அமெரிக்காவுக்கு 20 வகை அத்தி மரங்களும், நான்கு வகை அத்திப்பூச்சிகளும் மட்டுமே அறிமுகப்படுத்தப்பட்டன. அப்போது அந்த நான்கு வகை அத்திப்பூச்சிகள் மகரந்தச் சேர்க்கை நடத்தும் அத்தி வகைகள் மட்டுமே செழித்து வளர்ந்தன. மீதி வகைகளில் தோல்வி. இந்த மாதிரியான ஒன்றின் உயிர் இன்னொன்றின் கையில் மாறி மாறி இருத்தலைக் கட்டாயச் சார்புயிர்ப்பு (obligate mutualism) என்று அழைக்கிறார்கள். இதுபோன்ற ஒரு பரிணாம அமைப்பு சுமார் ஒன்பது மில்லியன் ஆண்டுகளுக்கு முன்னர் தோன்றியதாக அறுதியிடுகிறார்கள். அப்போதிலிருந்தே

அத்தி மரமும் அத்திப் பூச்சியும் ஒன்றோடொன்று பின்னிப் பிணைந்துதான் இருக்கின்றன.

அதுசரி இந்தப் பூச்சி உள்ளேயே சாகிறதே... சாப்பிடுகையில் அப்படியே இருக்குமா? அத்திப்பூச்சிகள் ஊசியின் காதை விடச் சிறியவை. இம்சை அரசன் பாணியில் வந்த புறாவைத் தாங்கள் வறுத்தா தின்பது என்று அத்திக்காய்க்குள் சுரக்கும் ficini என்னும் என்ஸைம் அந்தப் பூச்சியை அப்படியே புரதமாக மாற்றிவிடும். மேலும் கடைகளில் நாம் வாங்கிச் சாப்பிடும் அத்திப் பழங்கள் உருவாக மகரந்தச் சேர்க்கை தேவையில்லை. அதனால் வண்டுகள் உள்ளே போக வாய்ப்பில்லை. ஆகவே வாயில் சிக்குவது விதைகள்தான். பூச்சிகள் அல்ல. தைரியமாகச் சாப்பிடுங்கள்.

•

16.9.2016 சொல்வனம்.காம் 159ஆவது இதழில் வெளிவந்த கட்டுரை

பாலிமரேஸ் செயின் ரியாக்ஷன்

சி. பி. ஐ ஆஃ்பீஸரான ஆதர்ஷ் கொலை நடந்த இடத்துக்குச் சென்றபோது, அந்த இடம் பத்திரிகை யாளர்களால் அமர்க்களப்பட்டுக்கொண்டிருந்தது. வருமானத்துக்கு மீறிய தொந்தி வைத்த சில கான்ஸ்டபிள்கள் அவர்களைக் கட்டுப்படுத்திக் கொண்டிருந்தனர். இவர் தலை தெரிந்ததும் விருட்டென்று விறைப்பாகி சல்யூட் அடித்தனர். அதனைச் சின்னத் தலையசைப்பில் அங்கீகரித்து, சுற்றி மொய்த்த மைக் மற்றும் ரெக்கார்டர்களின் சம்பிரதாயக் கேள்விகளுக்கு, 'சட்டம் தன் கடமையைச் செய்யும்' என்னும் சம்பிரதாய பதிலைச் சொல்லிவிட்டு உள்ளே நுழைந்தார். செத்துப் போயிருந்தவள் ஒரு இருபத்தி ஆறு வயது வாளிப்பான பெண், சாகிற வயதில்லை, இருந்திருக்கலாம். ஃபாரன்ஸிக் ஆட்கள் அவர் வருவதற்கு முன்னமே சம்பவ இடம் முழுவதும் பவுடர் அடித்திருந்தார்கள். ஐ விட்னஸ்களிடம் பேசிவிட்டு உள்ளே வந்த இன்ஸ்பெக்டர் செல்வராஜ், தன்னை விறைப்பான சல்யூட்டோடு அறிமுகம் செய்துகொண்டார்.

க்ரைம் நாவல்களில் கண்டிப்பாக இப்படிப்பட்ட ஒரு அத்தியாயம் இருக்கும். ஃபாரன்ஸிக் டிபார்ட்மென்ட் என்னும் தடயவியல் துறையைப் பற்றி வத்தக்குழம்பில் கருவேப்பிலை போடுவதுபோல் சொல்லிவிட்டுக் கடந்து போய்விடுவார்கள். ஆனால், வழக்குகள் முடிவுக்கு வரச் சமர்ப்பிக்கப்படும் நீதிமன்ற ஆவணங்களில் தடயவியல்

ஆய்வறிக்கைகள் இன்றியமையாதவை. பி. எஸ். ஸி வேதியியல் முடித்ததும் நான் வெளிநாட்டில் படிக்க ஆசைப்பட்டது தடயவியல்தான். ஒரு மாற்றத்துக்கு நாம் வத்தக்குழம்பு வைக்காமல் , கருவேப்பிலைக் குழம்பு வைப்போம். அப்போ மேலே செத்துக் கிடக்கிற பெண் ஆவியாகவோ மறு ஜென்மம் எடுத்தோ அவளைக் கொன்றவனைக் கண்டுபிடித்து தண்டித்தலை நல்ல கதாசிரியர்கள் செய்யட்டும். அந்தரத்தில் விட்டதற்கு அந்தப் பெண் மன்னிப்பாளாக. வாருங்கள் நமக்கு ஆய்வகத்தில் வேலை இருக்கிறது.

ஃபாரன்ஸிக் forensic என்ற சொல்லுக்கு before a forum என்று பொருள். அதாவது நீதிமன்றத்தில், நீதிபதிகளின் முன் சமர்ப்பிப்பதால் வந்த பெயர். தடயவியலுக்கு முன் நீதிமன்றச் சாட்சியங்களின் நம்பகத்தன்மை மிகவும் குறைவு. குற்றவியல் வழக்குகளில், பார்த்த சாட்சியங்களோ eye witness அல்லது வாக்குமூலமோ கிடைத்தால் ஒழியக் குற்றத்தை நிரூபிப்பது கடினம். நாட்டாமை படத்தில் வருகிறமாதிரி 'சின்னக் குழந்தை பொய் சொல்லாதுடா' என்றெல்லாம் பேசி 'அன்னந்தண்ணி புழங்கக் கூடாது' டைப் தீர்ப்புகள் வேலைக்கு ஆகாது. அந்தத் துறையில், கைரேகை வரிகளும் வடிவங்களும் ஆளாளுக்கு மாறுபடுகிறது என்பதைக் கண்டுபிடித்தது ஒரு மிகப் பெரிய மைல்கல். உங்களுக்கும் எனக்கும் 95% ஒரே டி.என்.ஏ தான் என்றாலும், அதனுள்ளே சில இடங்களில் ஆளுக்கு ஆள் வேறுபாடு இருக்கிறது என்பதைக் கண்டறிந்தது அடுத்த முக்கியமான மைல்கல். இதை DNA fingerprint என்கிறார்கள். இந்த இரண்டும் இன்றைய குற்றவியல் வழக்குத் தீர்ப்புகளில் பெரும் மாற்றங்களை உண்டாக்கியவை. இந்தக் கைரேகையை பவுடர் அடித்து அச்செடுத்து வைத்துக்கொண்டால் எவ்வளவு பேருடைய கைரேகை யுடனும் எந்தச் சேதாரமும் இன்றி ஒப்பிட்டுப் பார்க்க முடியும். ஆனால் இந்த டி. என். ஏ அப்படி இல்லை. அங்கே கிடைக்கும் முடி, சிலசமயம் சண்டை அல்லது போராட்டத்தில் நகத்துக்கிடையில் சிக்கும் சதைத் துணுக்கு, ரத்தம், பாலியல் பலாத்காரம் எனில் விந்து போன்ற உடல் திரவங்கள். இவை யெல்லாம் சம்பவ இடத்தில், பொரிகடலை வாங்கும்போது போடப்படும் கொசுறு போலத்தான் கிடைக்கும்.

அதை வைத்துக்கொண்டு ஒரு சோதனையைக்கூட முழுசாகச் செய்ய முடியாது. அப்போ என்னதான் செய்வது? வழக்கம்

போல இயற்கையைக் காப்பியடிக்க வேண்டியதுதான். உடலில் நம் ஒவ்வொரு செல்லும் இரண்டாய்ப் பிரிகிறதல்லவா அப்போது டி என். ஏவும் இரண்டாகப் பிரிந்தாகவேண்டும். அதையே செயற்கையாகச் செய்ய முடிந்தால் இந்தப் டி.என்.ஏ பற்றாக்குறைக்குத் தீர்வு கிடைத்துவிடும். டி.என்.ஏவை செல்லுக்குள் இருக்கும் மூலக்கூறு இயந்திரங்களான (molecular machines) என்ஸைம்கள் பிரதியெடுக்கும் வேகத்தோடு ஒப்பிட்டால், இன்றைய அதிவேக உபகரணங்கள் பிச்சை வாங்க வேண்டும். சுமார் ஆறு, ஏழு என்ஸைம்கள் கச்சிதமாக இந்தக் காரியத்தைச் செல்லுக்குள் நிகழ்த்துகின்றன. ஆனால் முதலில் அதற்கான என்ஸைம்களை அதன் திறன் மாறாமல் பிரித்தெடுக்க வேண்டும். அதில் DNA polymerase என்னும் என்ஸைம் முக்கியமானது. செல்லுக்குள் இருக்கும் அதே சூழல் சாத்தியப்படாது என்பதால் செயற்கையாக இதை நடத்த வேறு வழிகளை யோசிக்கவேண்டும். டி.என்.ஏ. என்னும் பெரிய இரட்டைவடச் சங்கிலி வெப்பப் படுத்துகையில் உள்ளாகிற மாற்றங்களை நம்பித்தான் நாம் இதைச் செய்ய வேண்டும்.

சட்டையின் கைப்பகுதியை உடல்பகுதியோடு சேர்த்துத் தைத்து, கடைசியில் தையல் பிரியாமல் இருக்க நாலைந்து தையல் சேர்த்துப் போடும் தையல்காரரைப்போல, இந்த என்ஸைம்கள் செல்லுக்குள் டி என். ஏவின் இரட்டை வடத்தைப் பிரித்து, சரியான மூலக்கூறுகளைப் பொறுத்தி பிரதியெடுக்கும். செயற்கையாகச் செய்கையில் அந்த டி. என். ஏ பாலிமரேஸ் என்ஸைம் மட்டும் போதும். சுமார் 90 டிகிரியில் டி என். ஏவின் இரட்டை வடம் தனித்தனியாகப் பிரியும். பிரிகையில் அசல் முடியோடு சவுரியை வைத்துப் பின்னுகிறாற்போல் வெட்டப்பட்ட இரண்டிலும் தகுந்த மூலக்கூறுகளை என்ஸைம்கள் உதவியுடன் பொருத்தி செயற்கையாகப் பிரதியெடுத்துவிட முடியும். இப்படியே ஒன்று, இரண்டாகும். பின் அதுவே நான்காய், எட்டாய் ஒவ்வொரு சுழற்சியிலும் எண்ணிக்கை இருமடங்காகப் பெருகும். கேட்க ம்யூச்சுவல் ஃபண்ட் திட்டம்போல எளிமையானதாக கவர்ச்சிகரமாக இருந்தாலும், நடைமுறைச் சிக்கல் ஒன்று இருக்கிறது. இந்த இரட்டை வடம் பிரிகிற வெப்பநிலை 95 டிகிரி. அந்த வெப்பநிலையில் எண்ஸைம்கள் செத்துச் சுண்ணாம்பாகிவிடும்.

ஆரம்பத்தில் ஒவ்வொரு முறையும் என்ஸைம்களைச் சேர்க்க வேண்டியிருந்தது. ஏனெனில் 95 டிகிரியைத் தொடுகையில் ஏற்கனவே இருந்த என்ஸைம்கள் செயலிழந்திருக்கும். அந்தச் சிக்கலுக்கான தீர்வாகக் கிடைத்தது ஒரு பேக்டீரியா. Thermus aquaticus என்று வெந்நீர் ஊற்றுகளில் ஜாலியாக ஜலக்ரீடையில் இருக்கும் அந்த பாக்டீரியாவின் உடலில் இருந்து இதே டி. என். ஏ பாலிமரேஸ் என்ஸைமைப் பிரித்து எடுத்தார்கள். எப்போதுமே கொதிக்கும் நீரிலேயே இருப்பதால் அந்த பேக்டீரியாவின் என்ஸைம்கள் 97 டிகிரி வரை சாகாமல் தாக்குப் பிடிக்கும்.அந்த Thermus aquaticus பாக்டீரியாவிடம் இருந்து கிடைப்பதால் இதற்கு Taq polymerase என்று பெயர். இப்போது படிப்படியாக இந்தச் செயற்கை பிரதியெடுத்தலைப் படிப்போம்

முதலில் இந்த இரட்டை வடத்தைப் பிரிக்கவேண்டும். அதை 95 டிகிரிக்கு வெப்பப்படுத்துதல் சாத்தியமாக்கும். இதனை denaturing phase என்கிறார்கள்

அடுத்து, பிரித்த இரட்டை வடத்தில் இங்கிருந்து அப்படியே சேர்த்து தைச்சுடு என்று பிள்ளையார் சுழி போட்டுக் கொடுக்க வேண்டும். அதைச் செய்ய primer என்னும் சிறு செயற்கை டி. எண் ஏ துண்டுகளை பிரிந்த டி. என். ஏவில் பொருத்துவார்கள். இது annealing phase. இதற்கு சுமார் 50-56 டிகிரி வெப்பநிலை வேண்டும்.

பின் டி. என். ஏவின் இன்னொரு சரடை உருவாக்கத் தேவையான மூலக்கூறுகளை இந்த Taq polymer இந்தக் PhPh வென வரிசையாய் பொருத்திப் பிரதியெடுத்துவிடும். இதற்கு வெப்ப நிலை 72 டிகிரி. இதை replicating phase என்கிறார்கள்.

மேற்சொன்ன மூன்றுமே இரண்டு நிமிடத்துக்குள் நிகழ்ந்தாக வேண்டும். ஒரு சைக்கிள் என்பது இந்த இரண்டு நிமிடம்தான்.இதனால் ஒரு டி. என். ஏ இரண்டு டி. என். ஏவாய் மாறும். இது மீண்டும் 90,56,72 டிகிரி வெப்பநிலைச் சுழற்சியில் நான்காகும். அப்படியே இரட்டிப்பாகிக் கொண்டே இருக்கும். இரண்டு மணி நேரத்தில் லட்சம் கோடியெல்லாம் தாண்டி விடும். மொத்தமாக இது நடக்கும் ஒரு சோதனைக் குழாய் ரெனால்ட்ஸ் பேனா மூடியை விடச் சிறியதாக இருக்கும். micro tubes என்பார்கள் அந்தச் சோதனைக் குழாயை. ஆனால் இரண்டு மணி நேர முடிவில் நமக்கு, சோதனைகளுக்குத் தேவையான அளவு

டி. என். ஏ கிடைத்துவிடும். பாலிமரேஸ் என்ஸைம் கொண்டு இந்தத் தொடர் வினை நடத்தப்படுவதால் இந்த முறைக்கு polymerase chain reaction என்று பெயர். சுருக்கமாக pcr. இதன் அடிப்படைச் செயல்முறையைக் கோட்பாட்டை 1983ல் Kary Mullis என்பவர் கண்டறிகிறார். மூலக்கூறு உயிரியல் (molecular biology) துறையில் அவர் செய்த இந்தச் சாதனைக்காக 1993ல் அவருக்கு நோபல் பரிசு வழங்கப்பட்டது.

குற்றவியல் வழக்குகள், குழந்தையின் பெற்றோரை உறுதி செய்யும் சோதனை, சில மரபணு நோய்கள் இவற்றை யெல்லாம் pcr மூலம் உறுதி செய்யலாம். அவ்வளவு சீக்கிரம் ஏமாற்றமுடியாது இந்தச் செய்முறையை. இந்த அளவில் பெருகிய டி. என். ஏவை சந்தேகத்துக்குரிய நபரின் டி. என். ஏ வுடன் ஒப்பிட்டுப் பார்ப்பார்கள். இரண்டும் ஒரே மாதிரி இருந்தால். 'குற்றவாளி என்று இந்நீதிமன்றம் தீர்ப்பளிக்கிறது' தான். குழந்தையின் பெற்றோர் (biological parent) வழக்குகளில், குழந்தையின் டி.என்.ஏவை என் குழந்தை என்று சண்டையிடுபவரின் டி.என்.ஏவுடன் ஒப்பிடுவார்கள். அப்பா அம்மா இருவரிடம் இருந்தும் பாதி பாதி மரபணுக்களைப் பெற்றிருப்பதால் யாரேனும் ஒருவருடைய டி.என்.ஏவுடன் பாதி ஒத்துப்போகும். அதைக் கொண்டு உண்மையான பெற்றோர் இன்னார்தான் என்று நிரூபிப்பார்கள். இரண்டு சிக்கல்கள் மட்டும் உண்டு. கிடைத்த ஆரம்ப டி.என்.ஏ. வேறு எந்த டி. என். ஏ வுடனும் கலப்படமில்லாமல் இருக்கவேண்டும். ஒரே கருமுட்டையில் இருந்து உதித்த இரட்டையர்கள் monozygotic twins, ஒரே டி. என். ஏவைக் கொண்டிருப்பதால் குற்றவியல் வழக்குகளில் சிக்கல் வரலாம். இதைத் தவிர மிகத் துல்லியமான, சட்டத்தால் ஏற்றுக் கொள்ளப்பட்ட ஒரு செயல்முறை. பல பேருக்கு நீதி வாங்கிக் கொடுத்திருக்கிறது. உண்மையில் இவற்றோடு வேலை பார்க்கிற தடயவியல் அறிஞர்கள் தான் திரைமறைவுக் கதாநாயகர்கள். இவர்கள் உதவியின்றி துப்பறிதல் என்பது ஆகாத காரியம். இப்போது சொல்லுங்கள் கருவேப்பிலைக் குழம்பும் நன்றாகத்தானே இருக்கிறது.

•

30.10.2016 சொல்வனம்.காம் 160ஆவது இதழில் வெளிவந்த கட்டுரை.

தாவரங்கள் தூங்குமா?

பட்சி உறங்கிருச்சு
பால் தயிரா தூங்கிருச்சி
நொச்சி மரத்து இலைகூட தூங்கிருச்சு

நெஞ்சுக்குள்ள உம்ம முடிஞ்சிருக்கேன் பாடலில் வரும் வரிகள் இவை. நொச்சி மரம் தூங்குமா நான் தேடியவரை இல்லை. பொதுவாக மரங்கள் தூங்குமா?

இதற்கான பதில், தூக்கம் என்பது என்ன என்னும் உங்களின் விளக்கத்துக்கு உட்பட்டது. ஆனால் மரங்கள் நம்மைப் போல் பப்பரப்பே என்று மல்லாந்தால் நாம் யாரும் வீடுகளில் மரம் வளர்க்கமாட்டோம். வாசலில் இருக்கும் வேப்பமரம் தூக்கத்தில் வேரைத் தூக்கி மேலே போட்டால் என்ன ஆவது? ஆனால், சில தாவரங்கள் தூக்கம் போன்ற ஒன்றைச் செய்கின்றன. இலைகளைக் குவித்துத் தொய்ந்து போகின்றன. சில பூக்கள் இரவானால் குவிந்து கொள்கின்றன. சில பூக்கள் பகலில் குவிந்துகொள்கின்றன. இந்த நிகழ்வின் மிகப் பழமையான குறிப்பு கிமு 300 களில், அலெக்ஸாண்டருடன் இருந்தவர்களுள் ஒருவரான ஆண்ட்ரோஸ்தனிஸ் என்பவரிடம் கிடைக்கிறது. இரவில், புளிய மரத்தின் இலைகள் குவிந்து கொள்வதை அவர் பதிவு செய்கிறார்.

காலைல ஆயிடுச்சு எழுந்திருடீ என்று ஆண்டாள் பூக்களை வைத்து அழகாகச் சொல்கிறாள்

'உங்கள் புழக்கடை தோட்டத்து வாவியுள்
செங்கழுநீர் வாய்திறந்து ஆம்பல்வாய் கூம்பினகாண்'

தாமரை, சூரியன் வந்தால் கும்மென்று ஆகிவிடுகிறது. தாமரை, சூரியனைப் பற்றிக் கவிஞர்கள் நிறையவே எழுதியிருக்கிறார்கள். நாம் அந்தப் பக்கம் போக வேண்டாம்.

நமக்கெல்லாம் கண் இருக்கிறது. சூரியன் உதிக்கிறது, மறைகிறது. நாகினி பார்த்துவிட்டுப் படுத்துவிடுகிறோம். இந்தச் செடிகளுக்கு யார் இதையெல்லாம் தெரிவிப்பது. தசைகளோ எலும்புகளோ இல்லாத அவற்றால் அப்படி இலைகளையும் பூக்களையும் குவிக்கவோ, விரிக்கவோ முடிகிறது கொஞ்சம் விரிவாகப் பார்க்கலாம்.

செடிகளின் அசைவுகளை இரண்டு விதமாகப் பிரிக்கிறார்கள். Tropic movements மற்றும் nastic movements. ட்ராபிக் நகர்வுகள் திசை சார்ந்தவை. சூரியகாந்தி சூரியன் இருக்கும் திசை பக்கம் திரும்புதல் ஓர் உதாரணம். அது ஹீலியோட்ராபிஸம். இதுபோல புவியீர்ப்பை நோக்கி வேர் வளர்தல், ஒளியைத் தேடிக் கிளைகளும் தண்டும் வளர்தல் இதெல்லாம் அதற்கான உதாரணம். ஆனால், இந்த nastic நகர்வுகள் திசை சார்ந்தது மட்டுமில்லை. தொட்டாச்சிணுங்கி எங்கு தொட்டாலும் சுருங்கும். அது ஒரு வகையான nastic நகர்வு. இதிலும் பல வகைகள் இருக்கின்றன. இரவுக்குத் தகுந்த மாதிரி மாற்றிக் கொள்ளுவதற்கு nyctinasty என்று பெயர் (nycti - night).

நமக்கெல்லாம் இரவு வந்துவிட்டது என்று உடலை உறக்கத்துக்குத் தயார்படுத்த melatonin என்னும் பொருள் சுரக்கிறது. இது மாலை நேர சூரியனின் சிவப்பு ஒளியால் தூண்டப்பட்டுச் சுரக்கிறது. செடிகளில் phytochrome என்னும் பொருள் இதைச் செய்கிறது. சூரிய ஒளியால் தன் வடிவத்தைச் சற்றே மாற்றிக்கொள்ளும் இந்த மூலக்கூற்றைக் கொண்டுதான் செடியின் இலையோ பூவோ மணி பார்க்கிறது.

எப்படி நடக்கிறது என்று பார்ப்போம். ஒரு பூவிலோ இலையிலோ, அதன் காம்பு செடியோடு சேரும் இடத்துக்குப் ChzxUS என்று பெயர். இந்த புல்வினிக்குள் இருக்கும் செல்கள்தான் குவித்தல்-விரித்தலைச் செய்கின்றன.

தாவரச் செல்களை ஒரு துணிப்பைக்குள் இருக்கும் பலூன் போலக் கற்பனை செய்யலாம். பலூனுக்குள் காற்றை ஊதினால் அது விரிந்து பையின் மேல் ஒரு அழுத்தத்தை

ஏற்படுத்தும். ஆனால் காற்று வடிந்தால் அதே அளவுக்கு அந்தத் துணிப்பை சுருங்க வேண்டும் என்பது அவசிய மில்லையே. தாவர செல்லில் அந்த பலூனை செல்லின் உறுப்புகளை மூடிய plasma membrane ஆகவும் இந்தத் துணிப்பையை cell wall ஆகவும் கருதலாம். Cell wallக்குள் இருக்கும் plasma membrane ஆல் சுருங்கவோ விரியவோ முடியும். அந்தச் சுருங்கி விரிதல் செல்லுக்குள் எவ்வளவு நீர் இருக்கிறது என்பதைப் பொறுத்து மாறும். அந்த அளவை நிர்ணயிப்பது செல்லுக்குள் இருக்கும் பொட்டாசியம் அயனியின் அளவைப் பொறுத்தது. பொட்டாசியம் அதிகமானால் நீரை உள்ளிழுத்து plasma membrane வீங்கும். பொட்டாசியம் குறைவாக இருந்தால் தூண்டப்பட்டு வற்றிச் சுருங்கும். அடிப்படை சவ்வூடு பரவல் osmosis இது. இவ்வாறு செல்லுக்குள் ஏற்படும் அழுத்தத்தை turgor pressure என்கிறார்கள்.

சில தாவரங்களில், பூ அல்லது காம்பு செடியோடு சேரும் pulvinisல் இருக்கும் செல்கள், இந்த பொட்டாசியம் அயனியின் உதவியோடு plasma membrane சுருக்கி விரித்தலைச் செய்கின்றன.

இந்த phytochrome மூலக்கூறு 'யப்பா காலைல ஆச்சு' என்று சொன்னதும், செல்லுக்குள் கொஞ்சம் பொட்டாசியத்தின் அளவைக் கூட்டி, நீரை உள்ளிழுத்து செல்களை ஸ்திரமாக்கும். மாலை சூரியன் மறைந்ததும் நீரை வெளியேற்றி அப்படியே காற்றுப் போன பலூன் போல் தொய்ந்து விடும். அல்லி போன்ற இரவில் பூக்கும் செடிகள் இதையே தலைகீழாகச் செய்யும்.

இதனால் என்ன நன்மை என்று கேட்கிறீர்களா?

பூவுக்குள் இருக்கும் மகரந்தம் உலர்வாக இருந்தால், பூச்சிகள் உடலில் எளிதாக ஒட்டிக்கொண்டு மகரந்தச் சேர்க்கை நடைபெறும் . இரவில் மூடிக்கொள்ளுதல் மூலம் அது தன் மகரந்தத்தைப் பனியில் இருந்தும், குளிரில் இருந்தும் காத்துக்கொள்ள முடியும். பகலில் ஒளிச் சேர்க்கைக்காக விரிந்துகொள்ளும். தாவரத்தின் இலைகள் மூடிக்கொண்டு இரவு கீழ்நோக்கித் தொய்யும்போது, தாவரத்தில் பாதிப்பு ஏற்படுத்தும் விலங்குகளை, அவற்றை வேட்டையாடும் விலங்குகளுக்குக் காட்டிக்

கொடுத்துவிடும். உதாரணமாக எலிகள், பெருச்சாளிகளை ஆந்தை போன்ற விலங்குகளிடம் சிக்கவைத்துவிடும்.

நம்மூரில் புளியமரம் தூங்கும். தூங்குமூஞ்சி மரம் பேருக்கேற்பத் தூங்கும். பீன்ஸ் வகைத் தாவரங்களும், புடலங்காய், பீர்க்கங்காய் சுரைக்காய் போன்ற தாவரங்களும், வேர் முண்டுகள் leguminous தாவரங்கள் இப்படி இலைகளைச் சுருக்கிக் கொள்ளும்.

அடுத்த முறை இரவில் புளியமரத்தைப் பார்த்தால் அதன் இலைகளை நின்று வருடிப் பார்த்துவிட்டுப் போங்கள். நம்மைத் தவிர மீதி எல்லா உயிரிகளும் இயற்கையோடு முடிந்தவரை ஒத்திசைவுடன் வாழ்கின்றன. நாம்தான்... இரவைப் பகலாக்கி உடம்பை உருக்குலைத்து இயற்கைக்கு எதிராகச் செயல்படுகிறோம். இயற்கை தன்னுடனான போரில் கைதிகளாக யாரையும் விட்டுவைக்கும் குணம் கொண்டதல்ல என்பது புரியாமல் விளையாடுகிறோம்.

•

(15.11.2016 சொல்வனம்.காம் 161ஆவது இதழில் வெளிவந்த கட்டுரை)

கடல் மத்துகள்

உங்கள் வீட்டில் பூனை இருக்கிறதா அப்படியெனில் உங்கள் தோட்டத்தில் நிறைய பூப்பூக்கும். கண்ணாடியைத் திருப்பினா எப்படி ஜீவா ஆட்டோ ஓடும் என்று நீங்கள் கேட்கலாம். இது ஒன்றும் வேடிக்கையோ சகுனமோ, ஜாதகக் கணிப்போ இல்லை. அறிவியல் உண்மை. இன்னமும் நம்பிக்கை இல்லையெனில் இதைச் சொன்னவர் யாரென்று சொல்கிறேன் அப்புறமாவது நம்புகிறீர்களா என்று பார்ப்போம்.

பரிணாமவியலின் தந்தை எனப் போற்றப்படுகிற சார்லஸ் டார்வின். அவரின் கவனிப்பு என்னவெனில் உங்கள் வீட்டுப் பூனை, எலிகளைக் கட்டுக்குள் வைத்திருக்கும். எலிகள் போன்ற கொறித்துண்ணிகள் (rodents) மகரந்தச் சேர்க்கை செய்கிற பூச்சி மற்றும் வண்டுகளின் கூட்டைக் கலைப்பவை. அப்படி எலிகளின் எண்ணிக்கை கட்டுக்குள் இருக்கிறதெனில் நிறைய மகரந்தச் சேர்க்கை நடக்கும். நிறைய மகரந்தச் சேர்க்கை நிறைய செடிகளை, நிறைய பூக்களை உருவாக்கும். இங்கிலாந்து ஒரு படி மேலே போய், வீட்டில் பூனை வளர்த்தல் நாட்டின் வளமான ராணுவத்துக்கு அவசியம் என நம்பினார்கள். இது நிச்சயம் மறை கழண்ட கேஸ்தான் என்று நினைத்தால் கொஞ்சம் மேலே படித்துவிடுங்கள். அவர்கள் தரப்பு வாதம், இப்படி நிறைய தேனீக்களால் நிறைய செடிகளும், புல்லும் முளைக்கும் அதைத் தின்று கால்நடைகள் கொழுத்து வளரும். அப்போது அவற்றின் இறைச்சியை ராணுவத்துக்குக் கொடுத்தால் அவர்கள் தெம்பாக இருப்பார்கள் என்பதுதான்.

இது உணவுச் சங்கிலிதான். ஆனால் இந்தச் சங்கிலியில் சில உயிரிகள்தான் கடையாணி. அவற்றின் எண்ணிக்கையில் குறிப்பிடத்தக்க அளவில் மாற்றம் வருகையில் அந்த ஒட்டுமொத்த சூழ்மண்டலமும் ecosystem குடைசாயும். இந்த மாதிரி உயிரிகள் எல்லா சூழ்மண்டலத்துக்கும் உண்டு. பெரும்பான்மையாக அந்த உணவுச் சங்கிலியின் முடிவாக இருக்கும் மாமிச பட்சிணிதான் apex predator ஆக இருக்கும். இப்படிப்பட்ட அச்சாணி உயிரிகளை ஆங்கிலத்தில் keystone species என்கிறார்கள். இப்படி உணவுச் சங்கிலியின் ஒரு உயிரியின் எண்ணிக்கை மாற்றம் அந்தச் சூழ்மண்டலத்தின் அடிமடியிலேயே கைவைப்பதை trophic cascading என்கிறார்கள். Troph என்னும் சொல் உணவைக் குறிக்கும்.

ஆனால், இந்த மனிதன் ஒரு மோசமான விலங்கினம். தன்போக்கில் அழகாகத் தும்பிபோலப் பறந்து கொண்டிருக்கும் சூழ்மண்டலத்தை, வாலில் கயிறுகட்டி இழுத்து இம்சை செய்வான். எங்கெல்லாம் சூழ்மண்டலம் பாதிக்கப்பட்டிருக்கிறதோ அங்கெல்லாம் மனிதனின் தலையீடு நிச்சயமாக இருக்கிறது. வெறுமனே ஒரு உயிரியாக நம்மை இந்தப் பிரபஞ்சத்தில் பொருத்திப் பார்த்தால் நாம் புகுந்த சூழ்மண்டலம் அமீனா புகுந்த வீடாகத்தான் இருந்திருக்கிறது.

அப்படி ஒரு முக்கியமான சிக்கல் இந்தப் புவி வெப்பமயமாதல். கார்பன் உபயோகத்தைக் குறையுங்கள். புவியைப் பாதுகாக்க வேண்டும். ஆர்ட்டிக் பனி உருகுகிறது என்றெல்லாம் அபாயச் சங்குகள் எல்லாத் திசையில் இருந்தும் ஊதப்படுகின்றன. வளர்ந்த நாடுகள் பிற நாடுகளை அடக்கி வைக்கக் கிளப்பிவிடும் வெற்றுக் கூச்சல் எனவும் சில குரல்கள் கேட்கின்றன. ஆனால் இது நடந்துகொண்டிருப்பது நிதர்சனம். இதை நான் எழுதிக் கொண்டிருக்கும் வேளையில் இந்தியாவின் பரப்பளவுள்ள ஒரு பெரும் பனிப்பாறை கரைந்து காணாமல் போயிருக்கிறது. வாகன, தொழிற்சாலை மாசு இதையெல்லாம் காரணமாகச் சொன்னாலும், சூழ்மண்டலம் விஞ்ஞானிகள் இன்னொரு காரணத்தை முன்வைக்கிறார்கள்: அது திமிங்கில வேட்டை.

திமிங்கிலங்கள் மாமிசத்துக்காக வேட்டையாடப்படுகின்றன. குறைந்தது மூன்று நான்கு டன் இருக்கும் ஒரு

திமிங்கிலத்தைப் பிடித்தால் நல்ல சுவையான தரமான மாமிசம். வெப்ப ரத்தப்பிராணி மற்றும் செவுள்கள் இன்றி நுரையீரலால் சுவாசிக்கும் பிராணியாதலால் மூச்சு இழுத்துக்கொள்ள முக்கால் மணி நேரத்துக்கு ஒருமுறை கடலின் மேல்பரப்புக்கு வந்தாக வேண்டும். ஆக, எளிதில் வேட்டையாடப்படுகிற நிலை! சர்வதேசக் கடற் பரப்பில் உணவுக்காகத் திமிங்கிலங்களை வேட்டையாடத் தடை இருப்பதால், திமிங்கில வேட்டையில் முதலிடம் வகிக்கும் ஜப்பான், ஆராய்ச்சி என்று பெயரிட்ட கப்பல்களில் தெற்குக் கடல்களில் திமிங்கில வேட்டையாடுகிறது. சிறிய மீன்களைத் தின்றுவிடும் இவற்றைக் கொல்வதால் நமக்கு மீன்கள் நிறையக் கிடைக்கும் என சப்பைக்கட்டு வேறு கட்டுகிறது.

ஆனால், நடந்ததென்னவோ மீன்கள் எண்ணிக்கை குறைந்துபோனதுதான். ஜப்பானியர்களின் கூற்று மேலோட்டமாக சரியாகவேபட்டாலும் ஏன் நடைமுறையில் அப்படி இல்லை. வாருங்கள் கொஞ்சம் கடலில் குதிக்கலாம் (உன் புத்தகத்தைப் படிக்க வந்ததுக்கு கடல்ல எல்லாம் குதிக்கணுமா என்று அங்கலாய்ப்பது கேட்கிறது. பயப்படாதீர்கள்... இது சிந்தனைக் கடல்தான்)

கடல் ஒரு மிகப் பெரும் சூழ்மண்டலம். நிலத்தில் தாவரங்களைப் போல் கடற்பரப்பில் சூரிய ஒளியைக் கொண்டு ஒளிச்சேர்க்கை நடத்தும் நீர்வாழிகளிகள் phytoplanktons. இவற்றில் பாசிகளும் சில பச்சையம் கொண்ட பாக்டீரியாக்களும் அடக்கம். அவற்றை உண்ணும் நீர்வாழிகள் zooplankton, அவற்றை உண்ணும் சிறுமீன்கள், பின் நடுத்தர அளவுடைய மீன்கள், பின் சுறா, திமிங்கிலம், டால்ஃபின் போன்றவை. கடலைப் பொறுத்த வரை இந்த திமிங்கிலம்தான் keystone species. ஒரு திமிங்கிலத்தால் சுமார் அரை கிமீ ஆழம் வரை போக முடியும். அவர் உணவு உண்பதெல்லாம் சுமார் நூறு இருநூறு மீட்டர் ஆழத்தில்தான். பகாசுரன் மாதிரி வாயை 'பே' என்று திறந்து பின்னர் உணவை வடிகட்டிவிட்டு மீதி நீரை வெளியேற்றிவிடும்.

உண்பதெல்லாம் இப்படி ஆழத்தில் என்றாலும் கழிவுகளை அவை நீர்மட்டத்துக்கு அருகேயே சூரிய ஒளி புகும் இடங்களிலேயே photic zone வெளியேற்றுகின்றன.

கடலின் ஆழத்தில் இருக்கும் சத்துகளை இவை கடற்பரப்புக்குக் கொண்டுவருகின்றன. இந்தக் கழிவுகள் இரும்பு மற்றும் நைட்ரஜன் நிறைந்தவை. இவை phytoplankton வளர்ச்சிக்கு மிகவும் அவசியமானவை. இதிலிருந்து சத்துகளை உறிஞ்சிக்கொண்டு அந்த நீர்வாழிகள் சூரிய ஒளியின் உதவியோடு ஒளிச்சேர்க்கை நிகழ்த்துகின்றன. திமிங்கிலங்களின் இந்தச் செயல் phytoplanktons பெருகக் காரணமாக இருக்கிறது. அது அப்படியே சங்கிலித் தொடர்போல் zooplankton, மீன் இனங்கள் என எல்லாவற்றின் எண்ணிக்கையும் அதிகமாகிறது. ஆக, திமிங்கிலங்கள் மீன்களை உண்பதால் மீன்வளத்தைப் பல்கிப் பெருகவே செய்கின்றன!

இன்னொரு முக்கியமான நிகழ்வு இதில் என்னவெனில் ஒளிச்சேர்க்கை நடைபெறத் தேவையான கரியமில வாயுவை இவை காற்றில் இருந்து பிடித்துவைத்துக் கொள்கின்றன. இதனால் பசுமைக் குடில் வாயுக்கள் அளவில் குறைகின்றன. ஒவ்வொரு முக்கால் மணி நேரத்துக்கும் அவை நீர்ப்பரப்புக்கு வந்துபோவதால் ஒரு மத்துபோல் நீரைக் கலக்கிக் கீழிருக்கும் பாசிவகைகளை மேலே கொண்டுவந்துவிடுகின்றன. மேல்பரப்புக்கு வந்து எம்பி பொத் பொத் என்று என்று நீரில் விழும் திமிங்கிலங்களின் செயலை breaching of whale என்கிறார்கள். இப்படித்தான் திமிங்கிலங்கள் நீர் மட்டுமல்ல, நிலச் சூழ்மண்டலத்தில் ஆதிக்கம் செலுத்துகின்றன. ஆர்ட்டிக் அண்டார்டிக் என்று உலகின் அத்தனை சமுத்திரங்களிலும் நீக்கமற நிறைந்திருக்கும் திமிங்கில வகைகள் இந்தப் புவி வெப்பமடைதலைத் தடுக்க தம்மாலானதைச் செய்துகொண்டிருக்கின்றன. நாம் பட்டப்பகலில் ஆஃபீஸில் எரியும் விளக்கையாவது அணைத்து வைப்போம்.

•

19.12.2016 சொல்வனம்.காம் 163ஆவது இதழில் வெளிவந்த கட்டுரை.

கடலுக்கான உரம் இரும்பு

நாம் சின்னப்பிள்ளையாக இருக்கையில் எதையேனும் போட்டு உடைத்துவிட்டு, பின்னர் யாரும் பார்த்துத் திட்டப் போகிறார்களே என்று அதை மீண்டும் பழையபடி ஆக்க முயன்று, முடியாமல்போய் கையைப் பிசைந்தபடி நின்றிருப்போம் அல்லவா அப்படித்தான் பூமியைச் செய்து வைத்திருக்கிறோம். ஆரம்பித்த ஜோரில் ஜே ஜே என்று எல்லாவற்றையும் அதிகமாகப் பயன்படுத்த ஆரம்பித்து, அதன் பின்விளைவுகள் தெரியும்போது, அய்யய்யோ உடைஞ்சிருச்சே என்று ஏதாவது செய்ய முயற்சி செய்கிறோம். அதற்கு மிகச் சிறந்த உதாரணம் புவி வெப்பமடைதல்.

காரணம் அதீதப் பெட்ரோலியப் பயன்பாடு. பைக், கார், லாரி, பஸ், ட்ரெய்ன் ஏன் விமானம் வரை அதை எரித்துதான் பொழுது ஓடுகிறது. முதலில் அதன் வேகமும் செயல்திறனும் பிரமிக்க வைத்தன. பின்னாளில்தான் இந்தப் பிரச்னைகளின் சுயரூபம் தெரிந்தது. நாம் எரித்துத் தீர்த்த பெட்ரோலியம், கரியமில வாயுவாக மாறி, பசுமைக்குடில் விளைவினால் மொத்த பூமியின் சராசரி வெப்ப நிலையைக் கணிசமாக உயர்த்தியிருக்கிறது. அதன் விளைவாக துருவங்களில் பனிப்பாறை உருகுதல் போன்ற சிக்கல்கள் வந்துவிட்டன.

பூமி ஒரு மூடப்பட்ட பாத்திரம். எதுவும் வெளியே போயெல்லாம் தப்பிக்கமுடியாது. அணுக்கள் அழியாமைக் கோட்பாட்டின்படி இதுவரை பெட்ரோலியமாக திரவ நிலையில் இருந்த அத்தனை கார்பன் அணுக்களும் இப்போது வாயு நிலையில் கரியமில வாயுவாக இருக்கின்றன.

இந்த மாற்றம் ஒரு பெரிய சுழற்சி. பச்சையம் chlorophyll இருக்கிற உயிரிகள் , கரியமில வாயுவையும் நீரையும் சேர்த்து ஒளிச்சேர்க்கை மூலம், கார்போஹைட்ரேட்டு களைத் தயாரிக்கின்றன. அவை பிற உயிர்களால் உண்ணப் படுகின்றன. அவற்றின் உடலில் இந்தக் கார்பன் தசையாக, எலும்பாக, சதையாகச் சேரும். உணவுச் சங்கிலியில் அவை அப்படியே தாவர உண்ணி, மாமிச உண்ணி என இன்னொரு உயிரினத்துக்குக் கடத்தப்பட்டுக் கொண்டே இருக்கும். இப்படித்தான் கார்பன் பூமிக்குள்ளேயே சுற்றித் திரிகிறது. நாம் கரியமில வாயுவை அதிகமாக்கினோம். ஆனால், பூமி அதனை கிரகித்துக்கொள்ளும் வேகம் மாறாமலே இருக்கிறது. மூன்றில் ஒரு பங்கு நிலம் இருக்கும் பூமியில் மரங்களால் நடக்கும் ஒளிச்சேர்க்கையை விட, மீதமிருக்கும் கடலில் நடக்கும் ஒளிச்சேர்க்கை அளவில் பெரியது.

கடலில் செயல்படும் இந்த கார்பன் சுழற்சி சற்றே மாறுபட்டது. அங்கே செடிகளெல்லாம் கிடையாது. வெறும் பாசிகளும் பாக்டீரியாக்களும்தான். அவற்றைச் சின்ன மீன்கள் சாப்பிடும்; சின்ன மீன்களைப் பெரிய மீன் சாப்பிடும். எதாலும் உண்ணப்படாத பாசி, தான் உறிஞ்சிய கரியமில வாயுவோடு கடலுக்குள் ஆழ்ந்துவிடும். அது மேலே வருவதற்கு ஆயிரக்கணக்கான ஆண்டுகள் ஆகும். பூமி இப்படித்தான் கார்பன் அளவைக் கட்டுக்குள் வைத்திருக்கிறது . ஏதோ ஒரு காரணத்தால் திடீரென்று கடலின் மேற்பரப்பில் பாசி அல்லது பாக்டீரியாக்களின் எண்ணிக்கை பல்கிப் பெருகும். அது கொஞ்ச நாளில் எக்கச்சக்க கார்பனை உறிஞ்சிக் கடலுக்கடியில் புதைக்கும். இதை carbon sequestration என்பார்கள்.

இந்தப் பாசிகள் கடலுக்கு அடியில் வளர்ந்து பயனில்லை. Photic zone எனப்படும் சூரிய ஒளி புகக்கூடிய ஒரு கிமீ ஆழம் வரை வளர்ந்தால்தான் பிரயோஜனம். கடற்பரப்பில் இயற்கையாக சூழல் சாதகமாக இருப்பின் பாசிகள் மிகுதியாக வளர்ந்து கரியமில வாயுவை உறிஞ்சிக் கடலாழத்துக்குப் போய்விடும். இந்த மாதிரி திடீர் வளர்ச்சியை algal bloom என்கிறார்கள். இந்த முறை கரியமில வாயுவைக் கவர்வது மட்டுமல்லாமல் உணவு நிறைய கிடைப்பதால் மீன்கள் பெருகவும், அதன்மூலம் மொத்த உணவுச் சங்கிலியில் இருக்கும் உயிரினங்களின் எண்ணிக்கை கணிசமாக உயரவும் வழிவகுக்கும். மனிதர்களாகிய நமக்கு இதைச்

செயற்கையாகச் செய்தால் என்ன என்ற குறுக்கு யோசனை வருமா இல்லையா?

1930களில் பிரிட்டிஷ் உயிரியல் அறிஞர் ஜோசப் ஹார், கடலில் சில இடங்களில் உயிர் வளர்ச்சிக்குத் தேவையான எல்லாமே இருக்கிறது. ஆனால் உயிர்கள் இல்லை என்பதைக் கண்டறிந்து அம்மாதிரி இடங்களை desolete regions என்று குறிப்பிட்டார். அந்த இடங்களில் இரும்புச்சத்துக் குறைபாடு என்பதே அவரின் ஊகம். மிகச் சரியாக, அதன் பொன்விழா ஆண்டான 1980ல், கடலியல் அறிஞர் John Martin இந்த இரும்புச் சத்துக் குறைபாடு என்னும் கருத்தைத் தோண்டி எடுக்கிறார். ஒளிச்சேர்க்கைக்கு இரும்பு ஒரு முக்கிய நுண்சத்துப்பொருள் micronutrient என்று நிரூபிக்கிறார். கடலில் உள்ள desolate பகுதிகளில் எல்லா சக்தியும் இருந்தும் உயிரினம் இல்லாமல் போக இரும்புச்சத்துக் குறைபாடே காரணம் என்கிறார். அம்மாதிரி இடங்களைHNLC (High Nutrient Low Chlorophyll) இடங்கள் என்கிறார்.

ஆக, இரும்புச் சத்தை அந்த இடங்களில் சேர்த்தால் அவை பாசிகள் வளர்ச்சியை ஊக்கப்படுத்தி டன் கணக்கில் கரியமில வாயுவைக் கவர்ந்து கடலுக்குள் புதைக்கும் என்கிறார். அதாவது, ஒரு கிலோ இரும்புச்சத்து சேர்ப்பதால் உருவாகும் பாசிக் கூட்டம் 83000 கிலோ கரியமில வாயுவை உறிஞ்சிக் கடலுள் புதைக்கும். அப்படியெனில் ஒரு டன் இரும்பைக் கடலில் கரைத்தால் எட்டு கோடியே முப்பதனாயிரம் டன் கரியமில வாயுவை வளிமண்டலத்தில் இருந்து பிரிக்க முடியும். வூட்ஸ் ஹோல் கடல்சார் நிறுவனத்தில் மார்ட்டின் விட்ட சவால் பிரபலம்: 'அரை லாரி இரும்பைக் கொடுங்கள். உங்களுக்கு நான் மீண்டும் ஒரு பனிக்காலத்தையே உருவாக்கிக் காட்டுகிறேன்' என்பதுதான் அது.

இது ஒன்றும் தானாக உதித்த சிந்தனை இல்லை. பூமியில் இது தன்போக்கில் அவ்வப்போது நிகழ்ந்துகொண்டுதான் இருக்கிறது. நீர் அல்லது காற்று அரிப்பால் பாறைகளில் இருக்கும் இரும்புச்சத்து நீரில் கலந்து பாசிகள் பல்கிப் பெருகுகின்றன. 1991-ல் பிலிப்பைன்ஸின் பினடுபோ எரிமலை mount pinatubo வெடிக்கையில் வெளிப்பட்ட இரும்புச்சத்துள்ள சாம்பல் கடலில் போய்க் கலந்தது.

சுமார் 40000 டன் இரும்புச் சத்து கலந்ததால் உலகம் முழுக்கக் கரியமில வாயுவின் அளவு குறிப்பிடத்தக்க அளவு குறைந்தது. இது போன்ற நிகழ்வுகள்தான் இரும்பைக் கடலில் சேர்த்துப் பாசி வளரவிட்டுக் கரியமில வாயுவை கவர்கிற யோசனையை உண்டாக்கியிருக்க வேண்டும். இப்படி இரும்பைச் சேர்க்கும் செயல்முறைக்கு iron fertilisation என்று பெயர்.

1993-ல் இருந்து இதுவரை பதிமூன்று முறை பல்வேறு நாடுகளால் உலகம் முழுக்கப் பல்வேறு இடங்களில் இந்தப் பரிசோதனை நடத்தப்பட்டிருக்கிறது. 2009ல் இந்தியாவும் ஜெர்மனியும்கூட அட்லான்டிக் கடலில் லோஹாஃபெக்ஸ் LOHAFEX என்ற பெயரில் சோதனை நிகழ்த்திப் பார்த்திருக்கிறது. ஆய்வு முடிவுகள் நம்பிக்கை அளிக்கின்றன. கரியமில வாயுவை பிடிப்பதோடு மட்டு மின்றி, இவை கடல் உணவுச் சங்கிலியின் பிரதான உற்பத்தி யாளர்களான பாசிகளைப் பெருக்குவதால் பிற உயிர்களின் எண்ணிக்கையும் பெருகும். முக்கியமாக திமிங்கிலங் களுக்கு இவை வரப்பிரசாதமாக இருக்கும் என்று சொல்கிறார்கள்.

ஆனாலும், சூழியல் அறிஞர்கள் இதனை வேண்டாம் என்று தடுக்கிறார்கள். காரணங்கள் இரண்டு:

நாற்பதாயிரம் டன் என்ன நாலு லட்சம் டன் கரைத்தாலும் அது கடலில் பெருங்காயம் கரைக்கிற கதைதான். நம் தொழிற்சாலை, வாகனங்கள் இவையெல்லாம் ஊதித்தள்ளும் கரியமில வாயுவின் அளவை ஒப்பிட்டால் இந்தச் சோதனைகள் மூலம் உறிஞ்சப்படும் அளவு சொற்பமே. நம் குறிக்கோள் கார்பன் தடத்தை carbon foot தடத்தைக் குறைப்பதில் இருக்கவேண்டுமே தவிர, இப்படி கடலில் இரும்பைக் கரைத்து விளையாடுவது தேவையில்லை

இம்மாதிரி உடைந்ததை ஒட்டவைக்கிறேன் பேர்வழி என்று கிளப்புகிற geo engineering திட்டங்கள் எல்லாமே ஆபத்தானவை. எங்கு எதில் தவறு நடக்கும் என்றே தெரியாது. அதுவும் கடல் போன்ற பரந்த அதேசமயம் நெகிழ்ச்சித்தன்மை உள்ள ஒரு சூழ்மண்டலத்தில் இதன் நெடுநாளைய விளைவுகள் என்னவென்று நம்மால் கணிக்க முடியாது. இரும்பைத் தின்று பாசியைத் தவிர வேறு ஏதேனும் மிகுதியாய் வளர்ந்துவிடக் கூடாது.

London dumping convention *2008*ல் போடப்பட்ட ஒப்பந்தத்தில், ஆய்வுகளுக்காக அல்லாமல் செய்யப்படும் iron fertilisation செய்முறையை ஒப்பந்தத்துக்கு எதிரானதாகச் சொல்கிறது. மேலும் நாடுகள் இதில் போடும் பணமும் கடலில் கரைத்த பெருங்காயமே. நாடுகளும் விஞ்ஞானிகளும் செய்ய முயற்சி செய்வது ஒருபக்கம் இருக்கட்டும்... நாம் நம்மால் முடிந்த அணில் கைங்கர்யமாக, அடுத்த தெருவுக்குப் போகையில் நடந்துபோவோம். சிக்னலில் வண்டியை அணைத்து வைப்போம். சுங்கச்சாவடிகளில் ஆக்ஸிலரேட்டரை முறுக்கியோ மிதித்தோ உறுமாமல் இருப்போம். சிறு புகைதானே பெரும் ஓஸோன் ஓட்டையாகிறது.

•

(19.12.16 சொல்வனம்.காம் 169ஆவது இதழில் வெளியான கட்டுரை)

பீவர்களின் அணை

சிறுபிராயத்தில் வாழைப்பழம் ஒன்றை மரத்தினுள் வைத்துவிட்டு எடுக்க முடியாமல் திணறிய ஒரு குருவியின் கதையை எனக்குச் சொல்வார்கள்.

தாத்தா... தாத்தா...
அரைக்காசுக்கு ரெண்டு வாழைப்பழம் வாங்கினேன்
ஒண்ணைத் தின்னேன் ஒண்ணை பொந்துக்குள்ள வச்சேன்
பொந்தும் பழமும் பொருதிப் போச்சு
பொந்த வெட்டித் தராத தச்சன்
தச்சன அடிக்காத ராஜா
ராஜா காட்டை அழிக்காத மான்
மானைப் பிடிக்காத வேடன்
வேடன் வலையைக் கடிக்காத எலி
எலியைப் புடிக்காத பூனை
பூனையைக் கட்டி வைக்காத பாட்டி
பாட்டியை அடி தாத்தா

பழத்தை எடுக்கவும், எடுக்க வைக்கவும் ஒவ்வொரு ஆளாகக் குருவி மேல் முறையீடு செய்யும். ஒவ்வொரு ஆளிடமும் கதையைத் தொடக்கத்தில் இருந்து சொல்லும் . குழந்தைகள் இதைக் கேட்கையில் ஒன்றோடொன்று தொடர்புபடுத்தி நினைவுவைத்துக்கொள்ளும் ஆற்றல் வளரும்.

தச்சனில் இருந்து பாட்டி வரை செய்ய மறுத்ததை தாத்தா கருணைகொண்டு செயல்படுத்துவார். தாத்தா பாட்டியை அடிக்கப்போக, பாட்டி பூனையைக் கட்டிப் பிடிக்க, அது

எலியைத் துரத்த, வேடனுடைய வலையை எலி கடிக்க என்று பின்னாலேயே போய், கடைசியில் தச்சன் குருவிக்கு மரப்பொந்தைத் திறந்து வாழைப்பழத்தை எடுத்துக் கொடுத்து விடுவான். கேட்க மிகவும் சுவாரசியமாக இருக்கும் இந்தக் கதையில், நாம் கற்றுக்கொள்ள வேண்டிய முக்கியமான பாடம் ஒன்று இருக்கிறது.

உணவுச் சங்கிலி (food chain) பற்றிப் படித்திருப்போம். தாவரங்கள் சூரிய ஒளியின் உதவியுடன் கரியமில வாயுவை நீருடன் சேர்த்து கார்போஹைட்ரேட்களை உற்பத்தி செய்யும். அவற்றைத் தாவர உண்ணிகள் சாப்பிட, மாமிச உண்ணிகள், தாவர உண்ணிகளை வேட்டையாடி உண்பதன் மூலம், தாவரங்கள் உற்பத்தி செய்யும் ஆற்றலைப் பெறுகின்றன. இவை எல்லாம் இறந்த பின்னர் வல்லூறு போன்ற பிணந்தின்னிகள் (scavengers) இறந்த விலங்குகளின் மாமிசத்தை உண்ணும். மீதம் கிடக்கும் எலும்பு உரமாகும். இப்படித்தான் உணவுச் சங்கிலி நிறைவடையும். இந்தச் சங்கிலியில் எந்த உயிரினத்தின் எண்ணிக்கை குறைந்தாலும் சிக்கல்தான். உதாரணமாகப் புலிகள் குறைந்தால் தாவர உண்ணிகளுக்குக் கொண்டாட்டம். அவை ஏகத்துக்கும் பெருகி காடு முழுக்க மேயும். மரமாக எதையும் வளர விடாமல் செடியிலேயே மொட்டையடிக்கும். மண்ணில் புல்லோ செடியோ இல்லையெனில் மண் அரிக்கப்படும். சத்து நிறைந்த மண் அரிக்கப்பட்டுவிட்டால் தாவர வளர்ச்சி பாதிக்கப்படும்.

இதை எப்படிச் சரிசெய்வது என்பதன் ஒரு வழியைத்தான் நாம் முதலில் சொன்ன கதையில் பார்த்தோம். அதில் நாம் பார்த்த தச்சன், ராஜா என எல்லோரையும் ஒன்றன்மேல் ஒன்றாக இருக்கும் உணவுச் சங்கிலிபோல் எடுத்துக் கொள்வோம். பிரச்னை உள்ள ஒரு சங்கிலியில், அதன் மேல்மட்ட ஆளைச் சரிசெய்கையில் எல்லாம் வழிக்கு வருகிறதல்லவா உணவுச் சங்கிலியில் இப்படிப்பட்ட மேல்மட்ட ஆளை apex predator என்கிறார்கள். ஆற்றலை ஓர் இடத்தில் இருந்து இன்னொரு இடத்துக்கு மாற்றுகையில், அதிக உயிரிகள் இருக்கும் பாதையையே இயற்கை தேர்ந்தெடுக்கும். நிறைய வயிறுகள் நிறைகையில் அது சமநிலையுடன் இயங்கும். அப்படிக் கொன்று புசிக்கும் ஓர் உயிரினம் மறையத் தொடங்கினால் அது சூழியலுக்குப் பெரும் சேதமாக முடியும்.

இவ்வாறு வேட்டையாடும் ஒரு விலங்கின், உணவுச் சங்கிலியின் மேல்மட்டத்தில் இயங்கும் ஒரு விலங்கின் எண்ணிக்கை மாறுவது, அடிமட்டம் வரை பாதிக்கும். இதனை trophical cascading என்கிறார்கள். Troph என்னும் சொல் உணவு தொடர்பானது. இருபதாம் நூற்றாண்டின் பிற்பகுதியில் அமெரிக்காவில் ஓநாய்களின் எண்ணிக்கை சில காரணங்களால் குறையத் தொடங்கியது. ஓநாய்களின் உணவான கடமான்கள் (Elk) அதிகம் வேட்டையாடப் பட்டதால் உணவு குறைந்தும், பண்ணைகளில் வளர்க்கப்படும் கால்நடைகளை வேட்டையாடப் போகையில் சுடப்பட்டும் ஓநாய்கள் நூற்றுக் கணக்கில் இறந்தன.

இதன் காரணமாகக் கடமான்களை உணவாகக் கொள்ள ஆளில்லாமல், வசவசவென்று பெருகிப் புல்வெளிகளை யெல்லாம் மேய்ந்து தீர்த்தன. வில்லோ மரங்களின் கன்றுகளை அவை தின்றதால், புதிதாய் மரங்கள் இன்றி, மண் அரிப்பும் பறவைகள் இடம் பெயர்வதும் நடந்தது. கொல்ல ஆளில்லை என்னும் கர்வத்தில் அவை பேட்டை வஸ்தாது போல் திரிந்தன . கொறித்துண்ணி வகைகளில் காடுகளின் நலனுக்கு முக்கியமானதாய்க் கருதப்படும் பீவர்கள் (Beavers), மரங்களின் அடிப்பாகத்தைக் கொறித்துக் கொண்டு போய் அணை கட்ட, மரம் இல்லை. அணை இல்லாமல் நீர் தேங்காததால் மீன்வளம் பாதிக்கப்பட்டது. பீவர்கள் கட்டும் அணையில் தேங்கும் நீரே மண்ணின் ஈரப்பதத்துக்கு ஆதாரம். அணையும் அணையில் நீரும் இல்லாததால் மண்ணில் ஈரப்பதம் குறைந்தது. இது மண்ணின் நுண்ணுயிரி விகிதத்தைப் பாதித்தது. அங்குள்ள வ்யோமிங் (Wyoming) மாகாணத்தின் Yellowstone National Park இந்தச் சூழியல் சிக்கலால் கடுமையாகப் பாதிக்கப் பட்டது. அதன் சூழியல் ஆராயப்பட்டு, வனவியல் மற்றும் சூழலியர் அறிஞர்கள் Trophical Cascading-ஐ நடைமுறைப் படுத்தத் திட்டமிட்டனர். அதற்காக அருகில் இருக்கும் காடுகளில் இருந்து 41 ஓநாய்கள் இங்கு கொண்டு வந்து விடப்பட்டன. அதன்பிறகு நடந்த மாற்றங்கள் ஆச்சரிய மூட்டுபவை.

ஓநாய்கள், அங்கு பல்கிப் பெருகியிருந்த கடமான்களை வேட்டையாடின. இதனால் அவற்றின் எண்ணிக்கை கட்டுக்குள் வந்தது.

தன்னை வேட்டையாடும் ஓர் உயிரினம் இருப்பதை உணர்ந்த அந்த மான்கள், இடம்விட்டு இடம் நகர்ந்து கொண்டே இருந்தன. அதனால் ஒரு மரம் முழுவதுமாக மொட்டையடிக்கப்படுவது நின்றது.

மாட்டிக்கொண்டால் தப்புவதற்குக் கடினமான பள்ளத்தாக்குகளும் தாழ்வான பகுதிகளும் ஆபத்தானவை என்று உணர்ந்து, அங்கெல்லாம் செல்வதை மான்கள் தவிர்த்தன. இதனால் அங்குப் புற்களும் மரங்களும் செழித்து வளர்ந்தன.

மரங்கள் வளரத் தொடங்கி, மண்ணை வேர்கள் பிடித்துக் கொண்டதால், காற்றாலும் நீராலும் ஏற்படும் மண் அரிப்பு தடுக்கப்பட்டது.

செழித்து வளர்ந்த மரங்கள், வண்டுகளையும் தேனீக்களை யும் அழைத்துவந்தன. அவற்றால் நிறையப் பழங்கள் உருவாகவும் கரடிகளும் பறவைகளும் வந்தன.

மரங்களின் அடிப்பாகத்தைக் கொறித்துப்போய் பீவர்கள் அணைகட்டின. பீவர் அணைகளுக்கு வில்லோ மரங்கள் முக்கியம். நிறைய வில்லோ மரங்கள் இருக்கவும் அவை நிறைய அணைகள் கட்டின. அங்கு தேங்கிய நீரில் மீன்கள் வளர்ந்தன. மண்ணை அரிக்காத நதி தன் பாதையைச் சீர்செய்துகொண்டு அழகாகப் பாயத் தொடங்கியது. ஓநாய்கள் வருவதற்கு முன் ஒரே ஒரு பீவர் அணை இருந்த பூங்காவில் இன்று ஒன்பது அணைகள் இருக்கின்றன.

இப்படிக் கண்ணுக்குத் தெரியப் பல மாற்றங்கள். அந்த ஓநாய்கள் பல மிருகங்களைக் கொன்று தின்பது மட்டும் தான் நாம் அறிவோம். ஆனால், அதன்மூலம் மறைமுகமாக ஏகப்பட்ட உயிர்களை வாழ வைக்கின்றன. புல் நுனியில் இருந்து பூதாகரமான கரடிகள் வரை! 2015ம் வருடத்தில், ஓநாய்கள் கொண்டுவந்து விடப்பட்ட பத்தாவது ஆண்டில், அந்தப் பூங்கா ஆச்சர்யப்படத்தக்க வகையில் மாறியிருக்கிறது. வெறும் 41 ஓநாய்களை அங்கு விட்டதன் மூலம் ஒரு முழு உணவுச் சங்கிலியை மீட்டெடுக்கமுடிந்திருக்கிறது.

ஓர் உயிரினத்துக்கு வலுவான சந்ததி உண்டாவது வலுவான பெற்றோரால் மட்டுமே சாத்தியம். அப்படி வலுவில்லாத ஓர் உயிருக்குப் பிறக்கும் உயிரும் வலுவில்லாமல் தானே இருக்கும். ஓநாய்கள் வேட்டையாடுகையில் வலுவில்லாத

விலங்கைக் குறிவைத்து வேட்டையாடும்.இதனால் தப்பிப் பிழைப்பவை எல்லாம் வலுவான ஜீன்களைக் கொண்டவை யாக இருக்கும். அப்படியாக, அந்த விலங்கின் ஜீன் தொகுப்பை (gene pool) செறிவூட்டும் வேலையையும் ஓநாய்கள் செய்கின்றன.

இதையெல்லாம் தெரிந்துகொண்ட பிறகு, நமக்குள் இந்தக் கேள்விகளைக் கேட்டுக்கொள்ளவேண்டும்.

நம்முடைய காடுகளையும் தேசியப் பூங்காக்களையும் பற்றி எவ்வளவு தெரிந்து வைத்திருக்கிறோம்?

மேற்குத் தொடர்ச்சி மலைகள், சுந்தர வனம் - இப்படித் தனிச்சிறப்பு வாய்ந்த காடுகளின் உணவுச் சங்கிலியை நாம் பதிவு செய்து வைத்திருக்கிறோமா?

ஒரு குறிப்பிட்ட இடத்தில் மட்டும் இருக்கும் மரங்கள் மற்றும் உயிரிகளை (Endemic species) பற்றியும் அவற்றின் உணவுச் சங்கிலிப் பங்களிப்பு பற்றியும் ஆய்வுகள் இருக்கின்றனவா?

இருக்கிறதெனில் சமநிலை பிறழ்ந்த வனங்களில் இதுபோன்ற trophic cascading செய்ய வாய்ப்புகள் உண்டா என்று ஆராய்ந்திருக்கிறோமா?

குறிப்பிட்ட உயிரினங்களின் முக்கிய உணவாக (staple food) இருக்கும் மரங்களையும், குறிப்பிட்ட உயிர்களாலேயே பரப்பப்படும் மர விதைகளையும் பற்றிய பட்டியல் இருக்கிறதா?

வெறுமனே விலங்குகளையும் காடுகளையும் காப்பாற்ற வேண்டும் என்று குரல்கொடுப்பது வேலைக்காகாது. வனவியல் அறிஞர்கள், காட்டை வீடாகக் கொண்ட பூர்வகுடிகளின் தொல்லறிவோடு கை கோக்காதவரை இதற்குத் தீர்வு கிடைக்காது. அறுப்பதற்கு அல்லாமல் கொஞ்சம் அணைப்பதற்கும் நம் கைகள் வனங்களை நோக்கி நீளட்டும். அங்கிருந்து கிளைகள் எல்லாம் ஆதுரமாக நம்மை நோக்கி நீளும். அதுதான் நாம் இயற்கை அன்னைக்குச் செய்யும் உண்மையான கைம்மாறு.

•

பிப்ரவரி மாத வலம் இதழில் வெளியான கட்டுரை

அதிவேக இணையமும் அற்புதவிளக்கும்

உயிர் என்ற ஒன்று தோன்றியபோதில் இருந்தே அந்த உயிருக்கு எதனோடாவது தொடர்புகொள்ளவேண்டும் என்கிற உந்துதல் இருந்திருக்கும். அது இங்கே உணவு கிடைக்கிறது என்பதாக இருக்கலாம். உணவு என்னுடையது என்பதாக இருக்கலாம். இது என் பேட்டை. நீ ஏன் உள்ளே வந்தாய் என்ற மிரட்டலாக இருக்கலாம்; இணைசேரக் கூவுதலாய் இருக்கலாம்; ஒரு உயிர் ஒவ்வொரு நிமிடமும் ஒவ்வொரு நொடியும் எதையேனும் தொடர்புகொள்ள முயன்று கொண்டே இருந்திருக்கும். துணியாக யாருமே இல்லாத முதல் உயிரி என்ன செய்திருக்கும்... யாருடன் அல்லது எதனுடன் பேசியிருக்கும்... என்ன சொல்ல எத்தனித்திருக்கும்... அனைத்தையும் கேட்கும் திறன் கொண்ட காதுகள் இருப்பின் இந்த மொத்தப் பிரபஞ்சத்தின் உயிர்களும் நிற்காமல் பேசுவது கேட்கும்.

மனிதனான நாம் சைகைகள், குகை ஓவியங்கள், ஓலமிடுதல் தொடங்கி மொழி உருவாகிப் பேச்சு, இசை, மொழி, நடனம், கூத்து என்று எல்லாமே ஏதோ ஒன்றைச் சொல்லிக் கொண்டே இருக்கின்றன. அந்தத் தொடர்பு கொள்ள வேண்டும் என்பதன் நீட்சிதான் பேஸ்புக், ட்விட்டர், வாட்ஸப், வீடியோ ஆடியோக்கள் எல்லாம். பார்க்கப் போனால் தொடர்பு கொள்ள வேண்டும் என்பதையும் பசி, தாகம், உறக்கம், காமம் போன்ற இயற்கை உந்துதலில் சேர்க்கலாம். NLP (Neuro Linguistic Programming) என்னும் மனிதர்களின் தொடர்புகளைப் பற்றிய இயலில் ஓர்

அடிப்படைக் கோட்பாட்டைச் சொல்வார்கள்: we are always communicating என்று. தான் கண்ணால் பார்க்க முடிந்தவர்களிடம் மட்டும் பேச ஆரம்பித்த மனிதன் தொழில்நுட்பத்தால் உருவமின்றி ஒலிகள் மூலம் பேச ஆரம்பித்தான். இன்று இரண்டையும் கலந்து வீடியோ கால் பேசுகிறான். ஒரு யூட்யூப் வீடியோ மூலம் பல்லாயிரக் கணக்கான பேரைப் போய்ச் சேர முடிகிறது. அந்தத் தொடர்பு-வேட்கை உந்தித்தள்ள ஒரு கட்டத்தில் இயந்திரங்களோடு பேச ஆரம்பித்தான். ஐஃபோனில் சிரி, ஆண்ட்ராய்டில் கூகுள் அஸிஸ்டென்ட், ஹைக்கில் நடாஷா என்று போய்க்கொண்டிருக்கிறான். தன்னைச் சுற்றி இருக்கும் கருவிகள் எல்லாமே தன்னோடு பேச வேண்டும், தன் பேச்சைச் கேட்க வேண்டும் என்ற அடிப்படை ஆசை மனிதனுக்கு உண்டு. அப்படி எல்லாக் கருவிகளும் ஒருங்கிணையும் ஒரு தளமாக இணையம் இருக்கிறது. தேர்ப்பாகன் கையில் எல்லாக் குதிரைகளின் லகானும் இருப்பதுபோல எல்லாக் கருவிகளையும் இணையம் கோத்து நம் கையில் கொடுத்திருக்கிறது.

கம்பி வழி இணையத்தில் ஒரு சிக்கல் நாம் எல்லாரும் அறிந்ததுதான். அது கிடைக்கும் இடத்தில் நாம் உட்கார்ந்திருக்க வேண்டும். கம்பிவழி இணையம் நம்பகத் தன்மை உடையது. அதனாலேயே இன்னமும் அலுவலகங் களில் அதையே பயன்படுத்துகிறார்கள். இன்னமும் RJ45 எனத் தொழில்நுட்ப வட்டங்களில் அறியப்படும் ஈதர்நெட் கம்பிகள் கோலோச்சிக் கொண்டுதான் இருக்கின்றன. ஆனால், கையடக்கக் கருவிகளுக்கு இந்தக் கம்பிவழி இணையம் தோதுபடாது. நாம் நமக்கு விரும்பியவாறு அமர்ந்தோ, நடந்தோ, படித்தோ இணையத்தில் மேய முடியாது. மேலும் தற்போது காபி மேக்கர், அடுப்பு, கார், வீட்டில் உள்ள பிற எலெக்ட்ரிக் சாதனங்கள் எல்லாமே இணையத்தில் நுழைந்து நம் கைக்குள் வரும் internet of things யுகத்தில் கம்பிவழி இணையம் நிச்சயம் பழங்கஞ்சி தான்.

நிலைமை கட்டுக்குள்தான் உள்ளது. ஏற்கனவே வைஃபை என்ற ஒன்றை வைத்திருக்கிறோம். Wireless Fidelity என்பதன் சுருக்கமே WiFi. பதினேழு வருடங்களுக்கு முன் சந்தைக்கு வந்த இந்தத் தொழில்நுட்பம் ஒயரில்லா இணையத்தை வழங்குவதில் தற்போதைக்கு ஜித்தன்.

ஒயர்கள் மூலமாக மோடத்துக்கு (modem) வந்து சேரும் இணையத்தை ரேடியோ அலைகளில் ஏற்றிக் காற்றில் பரவவிடுகிறது. விண்வெளியில் சிறு புள்ளிகளாக உருவாகி வெடிக்கும் கருந்துளைகளைத் தேடும் ஒரு சோதனை தோற்றுப்போக, அந்தச் சோதனையில்தான் வைஃபையின் அடிப்படைத் தொழில்நுட்பம் கிடைத்துக் காப்புரிமை பெறுகிறார்கள். தோராயமாய் இருபது மீட்டர் வரை அந்த ரேடியோ அலைகள் மூலம் நாம் இணையத்தை அணுகலாம். ரேடியோ அலைவரிசையில் *2.4* GHz மற்றும் *5* GHz (*முறையே நொடிக்கு 240 கோடி அல்லது 500 கோடி துடிப்பெண் கொண்ட அலைகள்*) என்ற இரு துடிப்பெண்களில் இயங்கும் இந்தத் தொழில்நுட்பம் இப்போது நீக்கமற நிறைந்திருக்கிறது. ஆனால் இதில் சில சிக்கல்கள் இருக்கின்றன. வைஃபை அலைவீச்சால் உடல்நலத்துக்கு எதுவும் பாதிப்பில்லை என்றாலும் பின்வருபவை வைஃபையின் குறைபாடுகள்.

ரேடியோ அலைகள் சுவர்களைத் தாண்டியும் பயணிப்பதால் அவற்றை நம்மை அறியாமல் இன்னொருவர் பயப்படுத்த முடியும். வீட்டின் காம்பவுண்டுக்கு வெளியில் இருந்து நம் வைஃபையின் பாதுகாப்புத் தொழில்நுட்பத்தை உடைத்து உட்புகுந்து தகவல் திருட முடியும். இதன் பாதுகாப்பு அடுக்குகளாகக் கூறப்படும் WPA, WEP போன்ற எல்லாமே வலு குறைந்தவைதான்.

சில இடங்களில் இந்த ரேடியோ அலைகள் பிற கருவிகளின் செயல்பாட்டில் குறுக்கிடும். உதாரணமாக, மருத்துவமனையின் உயிர்காக்கும் உபகரணங்கள், அணு உலைகள். இங்கிருக்கும் கருவிகளோடு வைஃபையின் ரேடியோ அலைக் குறுக்கீடு செய்வது பெரும் ஆபத்தாக முடியும்.

வைஃபையைப் பயன்படுத்தும் ரேடியோ அலைவரிசை அளவில் குறுகியது. பல கருவிகள் இணைய இணைய ட்ராபிக் ஜாம் ஆன சாலை போல வேகம் குறைந்துவிடும். ஆனாலும் ஆலையில்லா ஊருக்கு இலுப்பைப்பூ சர்க்கரை என்பதுபோல் வேறு மாற்று எதுவும் இல்லாததால் நாம் வைஃபையைப் பயன்படுத்திக்கொண்டிருக்கிறோம்.

இந்நிலையில்தான் ஜூலை *2011*ல் ஒரு TED சொற் பொழிவில், எடின்பரா பல்கலைக்கழகத்தின் தகவல்

தொடர்புத்துறை பேராசிரியர் திரு. ஹரால்ட் ஹாஸ், ஏன் ஒளியைத் தகவல் தொடர்புக்குப் பயன்படுத்தக்கூடாது என்று ஒரு தளத்தைத் திறந்து வைக்கிறார். அவருடைய யோசனை என்னவெனில் உட்கட்டமைப்பின் ஒரு முக்கிய அம்சமாக இருக்கும் ஒளி விளக்குகளை வைத்து ஏன் தகவல்களை அனுப்பக்கூடாது என்பதுதான். அதே சொற் பொழிவில் அவர் ஒளியுமிழிகள் (LED - Light Emitting Diode) தரும் ஒளியில் தகவலை ஏற்றி அதைக்கொண்டு ஒரு காணொளியை ஓட வைக்கிறார். வைஃபை போல அவர் லைஃபை LiFi (light fidelity) என்னும் சொல்லை உருவாக்குகிறார்.

ஒளியைக் கொண்டு தகவல் தொடர்பு என்பது மனித குலத்துக்குப் புதிதில்லை . தீப்பந்தந்தங்களின் அசைவுகளில் போர் வியூகங்கள் வகுத்திருக்கிறோம். இன்றுவரை கலங்கரை விளக்கங்களில் உச்சியில் இருக்கும் ஒளிகள் கப்பல்களுக்கு ஏதோ ஒரு தகவலைப் பரிமாறுகின்றன. இன்றைய உலகில் தொன்னூறு சதவிகிதத் தகவல் தொடர்பைக் கைக்குள் வைத்திருக்கும் கண்ணாடி இழைக்கம்பி (OFC - Optical Fibre Cable) வழி தகவல் தொடர்பு என்பது ஒளியால் நிகழ்வதுதான். அதன் அடிப்படைக் கோட்பாடு முழு அகப் பிரதிபலிப்பு. Total Internal Reflection என்பார்கள். அது வேறு கட்டுரையில் அடிக்கவேண்டிய ஜல்லி. இப்படி ஒளியால் தொடர்பு கொள்ளும் வழிமுறைகளுக்கான தொழில்கட்டுமானத்தை VLC (visible light communication) என்கிறார்கள். அந்த visible light communication உடைய ஒரு பகுதியாகத்தான் இந்த லைஃபையை அறிமுகப்படுத்துகிறார் கள்.

நாம் பயன்படுத்தும் மின்விளக்குகளில் ஏகப்பட்ட வகைகள் இருக்கின்றன. ஆரம்பக்கட்ட குண்டு பல்புகள், பின்னர் குழல் விளக்குகள், சி.எஃப்.எல் விளக்குகள், இப்போது சமீபகாலமாக எல்.ஈ.டிக்கள் என்று அறியப்படும் ஒளியுமிழிகள். இந்த வகைகளில் எல்.ஈ.டியைத் தவிர மீதி இருப்பவை எல்லாம் மின்சார சாதனங்கள் electrical. ஆனால் எல்.ஈ.டி என்பது ஒரு மின்னணு சாதனம். Electronics. அதாவது அதிவேகமாக அந்த விளக்குகளின் ஒளியுமிழ் திறனைக் கட்டுப்படுத்த முடியும். அவ்வாறு இருக்கையில் நம் வாசல்வரை வரும் இணையத்தை வீட்டுக்குள் இருக்கும் கருவிகளுக்கு ரேடியோ அலைகளில் ஏற்றாமல் கண்ணால்

காணக்கூடிய ஒளி அலைகளில் ஏற்றி அனுப்புதல். விளக்கின் பிரகாசத்தைக் கூட்டியோ குறைத்தோ அல்லது அவற்றை அணைத்துப் போடுதல் போன்றவற்றால் தகவலை ஒளியில் ஏற்றுதல். பிரகாசத்தைக் கூட்டிக் குறைத்து அனுப்புதல் என்றவுடன் அக்னி நட்சத்திரம் படத்து க்ளைமேக்ஸ் மாதிரியெல்லாம் இல்லை. சொல்லப் போனால் நாம் வீட்டில் பொருத்தியிருக்கும் குண்டு பல்பு நொடிக்கு ஐம்பது முறை அணைந்து அணைந்து எரிகிறது. ஆனால் அது நம் கண்களுக்குத் தெரிவதில்லை. அது அப்படித் துடிப்பதற்குக் காரணம் நாம் பயன்படுத்தும் மாறுதிசை மின்னோட்டத்தில் துடிப்பெண் அதுதான். நொடிக்கு ஐம்பது முறை தன் திசையை மாற்றிக்கொள்ளும். அதனால்தான் ட்ரான்ஸ்ஃபார்மர்களில் 50 Hz என்று குறிப்பிட்டிருப்பார்கள். நாம் தகவல் பரிமாறும் வேகம் இதையெல்லாம்விட அதிகம். ஒளியின் துடிப்பெண் ரேடியோ அலைகளின் துடிப்பெண்ணைவிடப் பல மடங்கு அதிகம். லைஃபைக்கான உட்கட்டுமானம் மிக எளிதானது. வீட்டின் உத்திரங்களில் அல்லது படுக்கையை ஒட்டிய விளக்குகளை எல்.ஈ.டிக்களாக மாற்றி அவற்றோடு தகவல் களை ஒளியில் ஏற்றுவதற்காகப் பிரகாசத்தைக் கூட்டவும் குறைக்கவும் செய்யும் கருவியை இணைத்துவிடுவது.

நியாயமாக, சில சந்தேகங்கள் வரவேண்டும். நம்மைச் சுற்றி சாதாரணமாக ரேடியோ கதிர்கள் இல்லை. அதனால் வைஃபை மோடம் அனுப்பும் ரேடியோ கதிர்களை நம் கருவிகள் எளிதில் கண்டுகொள்ள முடிகிறது. ஆனால், நம்மைச்சுற்றி எப்போதும் ஒளி இருக்கிறதல்லவா... அது இந்த ஒளியோடு குறுக்கிடுமே?

இந்த விளக்குகள் அளிக்கும் தகவல்களைப் பெறுவதற்கு அவர்கள் சிறிய அளவிலான போட்டோ டிடெக்டார்ஸ் எனப்படும் ஒளிவாங்கிகளைப் பயன்படுத்துகிறார்கள். அவை பிரகாசம் மாறாமல் எரிகிற விளக்குகளின் ஒளியைக் கண்டுகொள்ளாது. அதாவது, ஒரு இசைக்கச்சேரியில் ஸ்ருதிப்பெட்டியை யாரும் ரசித்துக் கேட்பதில்லை அல்லவா. அதுபோலவே அந்த ஒளிவாங்கிகள் தகவல் சுமந்து வரும் ஒளிகளை மட்டும் கண்டுகொள்ளும். மீதியைப் பரிசீலிக்காது.

அடுத்ததாக லைஃபையைப் பயன்படுத்த வேண்டுமெனில் எப்போதும் விளக்கு எரிந்தபடியே இருக்கவேண்டுமே

என்று. ஆம் ஆனால் டே அன்ட் நைட் கிரிக்கெட் போட்டிகளில் எரியும் நியான் விளக்குகளைப்போல பிரகாசமாக எரியத் தேவையில்லை. நைட் லேம்ப்போல எரிந்துகொண்டிருந்தாலும் போதும்.

மிக முக்கியமான சந்தேகம்: நேரு, காந்தி போன்றவர்கள் மெழுகுவர்த்தி ஒளியில், தெருவிளக்கு ஒளியில் படித்தார்கள் என்று சொல்கிறாற்போல் நாமும் விளக்கின் அடியிலேயே நிற்கவேண்டுமா? இதற்கும் சார்ஜ் ஏற்றிக் கொண்டே பயன்படுத்த ப்ளக் பாயிண்டின் அடியில் நிற்பதற்கும் என்ன வித்தியாசம் என்று கேள்வி எழலாம். பயப்படாதீர் கள். நாம் விளக்குக்கு அடியிலேயே நிற்கத் தேவை யில்லை. சுவரில் பட்டு பிரதிபலிக்கும் ஒளியே இன்றைய அதிவேக இணையம் அளவுக்கு வேகத்தைத் தரக்கூடியது.

லைஃபை அடுத்த தலைமுறை தொழில்நுட்பங்களில் நம்பிக்கை அளிக்கக்கூடியதாக இருக்கிறது. லைஃபையின் சிறப்பம்சங்கள் என்னவெனில் நம் சுவர்கள் பெரும்பாலும் ஒளிபுகாத தன்மை கொண்டதால் நம் இணையத்தை வெளியாள் பயன்படுத்த வாய்ப்பே இல்லை. எதுவாக இருந்தாலும் வீட்டுக்குள் மட்டுமே இயங்கும். ஒரு அறைக்குள் இருக்கும் விளக்கு அந்த அறைக்குள் மட்டுமே இணைய சேவையைத் தரும். அறைக்கு நான்கு விளக்குகள் வைத்துவிட்டால் குட்டி போட்ட பூனை மாதிரி சுற்றிச்சுற்றி வந்து பயன்படுத்தலாம்.

கண்ணால் காணக்கூடிய ஒளியின் அலைவரிசை அளவு, ஒட்டுமொத்த ரேடியோ அலைவரிசையின் அகலத்தைவிட ஒளியின் அலைவரிசை ஐம்பது சதவிகிதம் அதிகமானது. வைஃபை என்பது ஒத்தையடிப்பாதை எனில் லைஃபை நூறடி ரோட்டுக்குச் சமம்.

வேகம். வைஃபை தருகிற வேகத்தை விட லைஃபை எக்கச்சக்க மடங்கு வேகமானது. சோதனை முயற்சிகளில் லைஃபை 224 gigabits per second வேகத்தைச் சாத்தியப் படுத்துகிறது. அந்த வேகம் நொடிக்கு 27 ஜிபி என்ற கணக்கு வரும். புரியும் கணக்கில் சுமார் பதினெட்டு ஹெச்.டி படங்களை ஒரு நொடியில் பதிவிறக்கலாம். ஆனால் இதற்கு நம் இணைய சேவை வழங்கும் நிறுவனம் அவ்வளவு வேகமாக இருக்கவேண்டும். சட்டியில் இருந்தால்தானே அகப்பையில் வரும்.

லைஃபையை எந்தக் கவலையும் இன்றி மருத்துவமனைகள், அணு உலைகள் போன்ற இடங்களில் பயன்படுத்தலாம். ஒளி அங்கெல்லாம் எந்தவிதக் குறுக்கீடும் செய்யாது.

நீருக்கடியில் ஆராய்ச்சிக்காக இறங்கும் கருவிகளும், நீர்மூழ்கிகளும் ரேடியோ அலைகளைப் பயன்படுத்த முடியாது. காரணம் அவற்றை நீர் உறிஞ்சிவிடும். ஒலியைப் பயன்படுத்தினால் அவை நீர்வாழ் பாலூட்டிகளான திமிங்கிலம், டால்பின் போன்றவற்றைப் பாதிக்கின்றன. ஆனால் ஒளிமூலம் தொடர்பு கொள்ளலாம். பிரச்னையில்லை.

இம்மாதிரியான நன்மைகள்தான் லைஃபையை எப்போ வரும் என்று தொழில்நுட்ப ஆர்வலர்களைக் காத்திருக்க வைக்கிறது. 2011 டெட் சொற்பொழிவுக்குப் பின்னர் பேராசிரியர் ஹெரால்ட் ஹாஸ் purelifi என்ற பெயரில் ஒரு நிறுவனம் தொடங்கி இதைச் சந்தைப்படுத்த நிதிதிரட்டியிருக்கிறார் . அவர் எதிர்பார்த்ததை விட அதிக வரவேற்பும் நிதியும் கிடைத்தது. ஜப்பானிய சீன நிறுவனங்களோடு ஒப்பந்தங்கள் தயாராகியிருக்கின்றன. சோதனை முயற்சியாகச் சில அலுவலகங்களில் உள்ள கருவிகளை லைஃபை மூலம் இணைத்திருக்கிறார்கள் . எல்லாமே, போலாம் ரைட் என்று விசில் கொடுத்திருக்கின்றன. 2016ல் மற்றொரு டெட் சொற்பொழிவில் சூரிய சக்தித் தகடுகள் மீது தகவல் பொதிந்த ஒளியை விழச்செய்வது மூலம் தகவல் தொடர்பைச் செய்து காண்பித்திருக்கிறார். இதன் மூலம் கம்பி வழி இணையம் சாத்தியப்படாத இடங்களில் இந்தத் தகடுகள் மீது தகவல் பொதிந்த லேசர் ஒளியை விழச்செய்து இணையத்தைக் கொண்டு சேர்க்க முடியும் என்று நிறுவியிருக்கிறார். Harold haas ted talks என்று இணையத்தில் தேடிப் பாருங்கள்.

லைஃபை எங்கெல்லாம் பயன்படும்?

வீடுகளுக்குள் இருக்கும் கருவிகளை internet of things மூலம் ஒருங்கிணைக்க உதவும்.

தெருவிளக்குகளை எல்.ஈ.டிக்களாக மாற்றினால் அதன் மூலம் அந்தத் தெருவைப் பற்றிய தகவல்களைப் பயனருக்கு அளிக்க முடியும்.

ஓட்டுநர் இல்லாத வாகனங்கள் ஒன்றோடொன்று தொடர்பு கொள்ள இது அதிவேக முறையாக இருக்கும். பத்தடியில்

ஒரு பாதாள சாக்கடைப் பள்ளம் எனப் பின்னால் வரும் வண்டியை சட்டென எச்சரிக்கலாம்.

கடல் ஆராய்ச்சியில் தொடர்புக்கு இது ஒரு வரப்பிரசாதம்.

பல்பொருள் அங்காடிகளில் அந்தந்தப் பகுதி விளக்குகளை லைஃபை ஆக்குவதன் மூலம் பொருட்களைப் பற்றிய தகவல்கள், விளம்பரங்கள், கடையில் இருக்கிறதா இல்லையா போன்ற தகவல்களை உடனுக்குடன் வாங்குபவர்களுக்குத் தெரியப்படுத்தலாம்.

நூற்றுக்கணக்கான கிலோமீட்டர்கள் கேபிள் பதித்து இணையத்தைக் கொண்டுசேர்க்க முடியாத இடங்களில் சூரிய ஒளியில் மின்சாரம் உற்பத்தி செய்யும் தகடுகளால் இணையத்தைக் கொண்டு சேர்க்க முடியும். இதன்மூலம், இணைய வசதி கிடைக்கும் மக்கள்-கிடைக்காத மக்கள் என இருக்கும் டிஜிட்டல் டிவைட் ஏற்றத்தாழ்வுகளைக் களைய முடியும்.

அலாவுதீனின் அற்புத விளக்கை நாம் எல்லாருமே கதைகளில் கேட்டிருப்போம். அவனுக்குக் கைகட்டி சேவை செய்து வேண்டியதையெல்லாம் பெற்றுத்தரும் பூதம், அந்த விளக்குக்குள் இருப்பதைப்போல், நம் வேலை களில் முக்கால்வாசியைச் செய்யும் இணையம் எதிர்காலத்தில் இப்படி விளக்குகள் வழியாகத்தான் வெளிவரப்போகிறது. அந்த அற்புத விளக்குக்குக் காத்திருப்போம்.

•

மே மாத வலம் இதழில் வெளியான கட்டுரை.

மறைநீர்

என் உயர்நிலைப்பள்ளி வேதியியல் ஆசிரியர், நீரைப் பற்றிச் சொல்லிக்கொண்டிருக்கையில் ரொம்ப அழகாக ஒரு வாக்கியம் சொன்னார்: "Water has no business to be a liquid' நீரானது திரவ நிலையில் இருக்க வேண்டிய அவசியமே இல்லை. சால்கோஜென்ஸ் chalcogens என்று அறியப்படுகிற ஆக்ஸிஜன் தொகுதித் தனிமங்களில் ஆக்ஸிஜன் மட்டும் அந்தக் குடும்பத்தின் சட்ட திட்டங்களுக்குள் அடங்காமல் திரிகிறது. அத்தொகுதித் தனிமங்கள் ஹைட்ரஜனோடு வினைபுரிந்து கிடைக்கிற மூலக்கூறுகள் எல்லாம் வாயுக்களாக இருக்கவேண்டும் என்னும் கட்டுப்பாடு இருக்கையில், ஹைட்ரஜன் பிணைப்பு hydrogen bonding என்னும் ஒரு விந்தையின் காரணமாக இதன் கொதிநிலை மட்டும் நூறு டிகிரியாகி அறை வெப்பநிலையில் நீரை ஒரு திரவமாக நிலைநிறுத்தியிருக்கிறது.

அந்தப் பண்பு இல்லாமல் நீரானது ஒரு வாயுவாக இருந்திருந்தால் பூமி எப்படி இருந்திருக்கும் என்று கற்பனை கூடச் செய்து பார்க்க முடியாது. கடல்கள் இல்லை, பாசிகள் தாவரங்கள் இல்லை, ஒளிச்சேர்க்கை இல்லை, கிட்டத்தட்ட உயிர்களே இல்லை. ஆதலால் நீர், பூமியில் உயிருக்கு ஆதாரமாக இருக்கிறது. இன்று வரை பிற கோள்களில் நாம் திரவ நிலையில் நீர் இருக்கிறதா என்றுதான் தேடிக்கொண்டிருக்கிறோம். காரணம் நம் உடலின் வளர்சிதை மாற்றத்தில் நீர் ஒரு முக்கியப் பங்காற்றுகிறது. உயிர்களுக்கு மட்டுமில்லை; பூமியின் வெப்ப நிலையைக் கட்டுக்குள் வைப்பது,

பருவக்காற்றுகள், நில அமைப்பு என நீர் நம் பூமிக்கு மிகவும் அவசியமானது.

இதெல்லாம் அதிகபட்சம் பன்னிரண்டாங் கிளாஸ் படித்த ஆளுக்குத் தெரிந்திருக்கும். ஐந்தாவது படிக்கும் ஒரு குழந்தையிடம் நீரை எதற்கெல்லாம் நாம் பயன்படுத்து கிறோம் என்று கேட்டால், குடிக்க, குளிக்க, சமைக்க, துலக்க என்று பதில் எழுதி மார்க் வாங்கிக்கொண்டு போய்விடும். தண்ணீரின் பயன்பாடு என்பது நமக்குத் தெரிவது அவ்வளவுதான். உலகம் முழுக்க நீரின் உபயோகத்தை மூன்று வகைகளாகப் பிரிக்கலாம். வேளாண்மை, தொழிற்சாலை, வீட்டு உபயோகம். இந்த மூன்றுக்குள் எப்படியும் எல்லாப் பயன்பாடும் வந்துவிடும். சுழலும் ஏர்ப்பின்னது உலகம் என்பதால் 70% நீர் வேளாண்மை சார்ந்த செயல்பாடுகளுக்குச் செலவழிக்கப் படுகிறது. சுமார் 22% தொழிற்சாலை, 8% சதவிகிதம் மட்டுமே வீட்டு உபயோகம். இதெல்லாம் உலகளாவிய புள்ளி விவரங்கள்.

சரி. கொஞ்சம் யதார்த்தம் பேசுவோம். இரண்டு உழக்கு சாதம் வைக்க எவ்வளவு நீர் தேவைப்படும்? என்ன அரிசி என்று எதிர்க்கேள்வியெல்லாம் கேட்கக்கூடாது. எப்படியும் ஆளுக்கு ஒரு கணக்கு சொல்வார்கள். உண்மை என்ன தெரியுமா. தோராயமாய் 1000 லிட்டர். இரண்டு உழக்கு அரிசிக்கு குக்கரில் 1000 லிட்டர் தண்ணீர் வைக்க முடியாது தான். ஆனால் இந்தக் கணக்கு, வயலுக்கு நீர் பாய்ச்சி, உழுது, விதைத்து, மருந்தடித்து, தீட்டி, உறைபோட்டு, கடையில் இருந்து வாங்கி வந்து, கடைசியில் நீங்கள் குக்கரில் அரிசியோடும், குக்கரிலும் ஊற்றும் நீரையெல்லாம் சேர்த்துதான்.

குக்கர் வைக்க மட்டும் ஆகும் நீரைக் கணக்கில் இருந்து ஒதுக்கினாலும் அது பெரும் அளவல்லவா. இப்படி நம்மைச் சுற்றி இருக்கும் ஒவ்வொரு பொருளுக்குள்ளும் நீர் மறைந்திருக்கிறது. அது அதன் உற்பத்தியில் செலவாகி இருக்கலாம். கழுவிச் சுத்தப்படுத்துதலில் செலவாகி இருக்கலாம். ஒரு இடத்தில் இருந்து இன்னொரு இடத்துக்குக் கொண்டு போகையில் செலவாகி இருக்கலாம். வாகன எரிபொருட்களாக நாம் பயன்படுத்தும் பெட்ரோல், டீசல் இப்படி எல்லாமே எண்ணெய் வயல்களில் நீரை

உட்செலுத்தி உறிஞ்சப்படுபவைதானே. அதிலும் நீர் செலவாகி இருக்கிறதல்லவா. ஆக பெட்ரோலியத்தையும் தண்ணீரால் அளக்க முடியும். இப்படி ஒவ்வொரு பொருளுக்குள்ளும் நீர் மறைந்திருக்கிறது. அது வெளியே தெரியாது. இதைத்தான் மறைநீர் என்கிறார்கள் (Virtual water).

இந்தக் கோட்பாட்டை முதன்முதலில் அறிமுகப்படுத்தியது ஜான் ஆந்தனி ஆலன் அல்லது டோனி ஆலன். லண்டனின் கிங்ஸ் கல்லூரியில் பேராசிரியர். அடிப்படையில் அவர் ஒரு நிலவியல் அறிஞர். இந்த மறைநீர்க் கோட்பாட்டை நிறுவியது அவர்தான். மத்தியக் கிழக்கு நாடுகளில், உணவை இறக்குமதி செய்வது மூலம் நீரைச் சேமிக்கலாம் என்று சொன்னவர். இந்தக் கோட்பாட்டுக்காக அவருக்கு 2008ம் ஆண்டுக்கான ஸ்டாக்ஹோம் வாட்டர் ப்ரைஸ் வழங்கப்படுகிறது. அந்த விருது ஒரு சூழியலுக்காக வழங்கப்படுகிற நோபல் பரிசு போல.

நீர் உபயோகத்தை மறைநீர்க் கோட்பாடு மூன்றுவிதமாகப் பிரிக்கிறது. நீலநீர் blue water, பச்சை நீர் green water, சாம்பல் நிற நீர் gray water. இந்த நிறங்களின் பெயரால் சொல்லப்படும் லிட்டர் கணக்கு அளவீடுகள் திரும்பப் பயன்படுத்த முடியாமையைக் குறிக்கின்றன. நீல நீர் என்பது பூமியின் பரப்பில் அல்லது நிலத்துக்கு அடியில் கிடைக்கிற நன்னீர். ஆறு, குளம், கிணறு, ஏரி இவையெல்லாம் இதில் அடங்கும். பச்சை நீர் என்பது மழை நீர். மறைநீரில் விவசாயம் சார்ந்த பொருட்களுக்கு நிச்சயம் பச்சை நீர்க் கணக்கு வரும். சாம்பல் நிற நீர் என்பது ஏதேனும் ஒரு காரணியால் மாசுபடுகிற நீர். அது பூச்சிக்கொல்லி, உரம் என வேளாண்மை சார்ந்ததாகவோ அல்லது வேதிப்பொருள், கழிவு எனத் தொழிற்சாலை சார்ந்ததாகவும் இருக்கலாம்.

சில மறைநீர் கணக்குகள் பிரமிக்க வைப்பவை. ஒரு பொருளின் உற்பத்திக்கு எப்படியும் எங்கேயாவது நீர் தேவைப்படுகிறது. நாம் விலையாகக் கொடுப்பது பணம் மட்டுமல்ல, நீரும்தான்.

ஓர் உதாரணம் பார்ப்போம். போகிற போக்கில் எடுத்து மாட்டிக்கொண்டு போகிற ஒரு பருத்திச் சட்டை. பருத்தி உற்பத்திக்குத் தேவையான பச்சை நீரும், நீல நீரும்

ஆயிரக்கணக்கான லிட்டர். மேலும் உணவுப் பயிர்களை விடப் பணப் பயிர்கள் அதிக நீர் வேண்டுபவை. காவிரி தமிழகத்துக்குக் கிடைக்காமல் போனதற்கு முக்கிய காரணம் மாண்ட்யா பகுதிகளில் சிறுதானியம் விளைந்த வயல்களில் கரும்பு ஆகியவை விளைவிக்க ஆரம்பித்தது தான். அவை மழைநீர், நிலத்தடி நீர், பிற பாசன நீர் போன்ற வற்றை பகாசுரனாய் உறிஞ்சும். பார்க்கப்போனால் பருத்தி ஒரு கார்போஹைட்ரேட். செல்லுலோஸால் ஆன இழைகளைக் கொண்டது. அந்த செல்லுலோஸ் உருவாகும் ஒளிச்சேர்க்கை வினையில் நீர் ஒரு முக்கியமான வினைபொருள். நீர் இல்லாமல் செல்லுலோஸ் வராது.

இதைத்தவிர அள்ளி இறைக்கப்படுகிற உரம், பூச்சிக் கொல்லிகள் சாம்பல் நிற நீர் கணக்கில் வரும். அடுத்ததாக அறுவடை செய்த பருத்தியை விளைநிலத்தில் இருந்து ஆலைகளுக்குக் கொண்டு செல்லுதல், அங்கு பருத்தியைக் கழுவுதல், mercerization எனப்படும் பருத்தியை மிருதுவாக்கும் வினைக்குச் செலவாகும் நீர், பின்னர் சாயமேற்றி நெய்தல் ஆகியவற்றில் செலவாகும் நீர், கடைகளுக்குக் கொண்டு செல்ல ஆகும் எரிபொருளின் பின்னிருக்கும் நீர், இவை எல்லாம் ஒரு பருத்திச் சட்டைக்குப் பின்னால் இருக்கும் மறைநீர். இவை எல்லா வற்றையும் கூட்டிக் கணக்குப் போட்டால் ஒரு சட்டைக்கு 2,700 லிட்டர் தண்ணீர் கணக்கு வருகிறது. இது உற்பத்திக்கு மட்டும். இதனை இன்னும் அந்தச் சட்டையின் ஆயுட்காலம் முடியும் வரை இழுத்தாலும் அது இன்னும் ஓர் ஆயிரம் லிட்டர் வரை கணக்கு வரலாம். சட்டைக்குள் 2700 லிட்டர்!

உண்மையில் பகீரென்று இருப்பது இறைச்சிதான்.

மறைநீர்க் கோட்பாட்டில் இறைச்சி என்பது இரட்டை வேலை. ஏற்கெனவே உணவுப் பொருள் உற்பத்தி என்பது ஏகப்பட்ட ஆயிரம் லிட்டர்களைக் குடித்திருக்க அதை ஒரு மிருகத்துக்குப் போட்டு வளர்த்து அதன் இறைச்சியை உண்பது என்பது சிக்கலே. ஆனால் உலகின் ஒட்டுமொத்த மக்கள் தொகைக்கும் சைவ சாப்பாடு என்பது கட்டுப் படியாகாது. இடமில்லை என்பது நிதர்சனம். ஆனால், இறைச்சிகளுக்காக இயங்கும் பண்ணைகள்தான் எமன்கள்.

மாட்டிறைச்சி என்ற உதாரணத்தை எடுத்துக்கொண்டால், பிறந்ததில் இருந்து கொல்லப்படும் வரையில் ஒரு மாடு

தோராயமாக 1,300 கிலோ தானியங்களைத் தின்கிறது. அதைத்தவிர 7,200 கிலோ வைக்கோல் மற்றும் பிற தீவனங்களைத் தின்கிறது. இந்த இரண்டுக்கும் மறைநீர் கணக்கு 30,60,000 லிட்டர்கள். இதனைத்தவிர அது நீராகவே 24,000 லிட்டர் நீரை அருந்துகிறது. கொன்று, இறைச்சியைப் பதனப்படுத்துதலுக்கு ஒரு 7,000 லிட்டர்கள். மறைநீர் மட்டும் 30,91,000 லிட்டர்கள். இத்தனையும் செய்தால் ஒரு மாட்டில் இருந்து 200 கிலோ இறைச்சி கிடைக்கும். வகுத்தால் ஒரு கிலோ இறைச்சிக்கு 15,400 லிட்டர் மறைநீர்.

சென்னையில் ஓடுகிற ஒரு தண்ணீர் லாரி 12,000 லிட்டர்கள். ஒரு கிலோ இறைச்சிக்கு ஒரு லாரிக்கு மேல் தண்ணீர் செலவாகிறதல்லவா சடாரென்று சமணராகி மொத்த உலகையும் கொல்லாமைக்கு மாற்றக் கட்டளையிடும் முன்னர் சற்று பொறுங்கள்.

தினம் காலை டபுள் ஸ்ட்ராங்குக்கும் கூடுதலாய் மேலே கொஞ்சம் டிகாக்ஷன் ஊற்றி, கொதிக்கக் கொதிக்கத் தொண்டைக்குள் ஊற்றிக்கொள்கிறோமே காபி, அதனிடம் மாட்டிறைச்சிப் பண்ணைகள் பிச்சை வாங்க வேண்டும். ஒரு கிலோ காப்பிப் பொடிக்கு 18,900 லிட்டர் மறைநீர். ஃபில்டரில் ஊற்றுகிற வெந்நீரைவிட இந்தக் கணக்கு சுடுகிறதா?

செம்மறி ஆடு - 10,400 லிட்டர்

பன்றி - 6,000 லிட்டர்

ஆடு -5,500 லிட்டர்

கோழி -4,200 லிட்டர்

சீஸ் - 3,180 லிட்டர்

அரிசி - 2,500 லிட்டர்

சோயா - 2,145 லிட்டர்

கோதுமை -1,830 லிட்டர்

சர்க்கரை - 1,780 லிட்டர்

பார்லி - 1,425 லிட்டர்

சோளம் - 1,200 லிட்டர்

மேலே உள்ளவை எல்லாமே ஒரு கிலோவுக்குச் செலவாகும் மறைநீரின் அளவு, லிட்டர்களில்.

நாம் பயன்படுத்தும் ஒவ்வொரு பொருளுக்கும் இப்படி மறைநீர் விலை போட முடியும். இதனைத் தட்டச்சு செய்து கொண்டிருக்கும் லேப்டாப்பில சுமார் 60 லிட்டர் மறைநீர். இது அச்சேறப்போகும் தாளில் கிலோவுக்கு சுமார் 10 லிட்டர்.

அப்படி இப்படி மொத்தமாய் ஒரு நாளுக்கு ஒருவருக்குக் குடிக்க, குளிக்க என சுமார் முந்நூறு லிட்டர் நேரடியாக நீரைப் பயன்படுத்துகிறோம். மறைநீரையும் சேர்த்தால் ஒருநாளுக்கு எவ்வளவு தெரியுமா தலைக்கு மூவாயிரத்து இருநூறு லிட்டர்கள்.

ரொம்ப விஜயகாந்த் படம் மாதிரி போகாமல், இதில் என்ன சிக்கல் என்று பார்க்கலாம். பத்தாயிரம் வருடப் பழக்கத்தில் என்ன பிரச்னை? இறைச்சியும் வேளாண்மையும் ஆதிகாலத்தில் இருந்து நாம் செய்ததுதானே. ஏன் இதனைப் புதிதாக ஒரு பிரச்னையாகப் பார்க்கவேண்டும் என்று கேள்வி வரும். அன்றெல்லாம் உணவுப் பொருள் ஏற்றுமதி இந்த அளவில் கிடையாது. ஏன், உடை ஏற்றுமதியே இந்த அளவு கிடையாது. தேவையைத் தவிர உபரிதான் ஏற்றுமதி செய்யப்பட்டது. ஆனால், இன்று பொருளாதாரங்கள் ஏற்றுமதி-இறக்குமதி வணிகத்தைச் சார்ந்திருக்கின்றன. அவை அரசியலைப் பாதிக்கின்றன. வேளாண்மை, உற்பத்தி என்று இருந்த ஒரு பொருளாதாரத்தின் அச்சு இன்றைய தேதிக்கு நாடுகளுக்கிடையேயான வணிகத்தை அச்சாகக் கொண்டு சுழன்றுகொண்டிருக்கிறது.

அதாவது, பொருளாதாரம் விரிவடையும் முன்னர், சென்னையில் உற்பத்திக்குச் செலவான மறைநீர் சென்னையிலேயே பெரும்பான்மையாகக் கொள்முதல் செய்யப்பட்டது. அதிகபட்சம் அந்த நாட்டின் தலைநகர் வரை செல்லும். மிகச் சிறிய அளவிலான பொருட்களே கடல்கடந்து சென்றன. ஆனால் இன்று உலகம் முழுக்கப் பல நகரங்கள் ஏற்றுமதியை மட்டுமே நம்பி இருக்கின்றன. அவை கப்பலில் ஏற்றி அனுப்புவது பொருள் மட்டுமல்ல. நீரும் சேர்ந்துதானே. அதாவது என் நகரத்தில் இருந்து ஒரு பொருளை நான் ஏற்றுமதி செய்கையில் என் நகரத்து நீரையும் நான் ஏற்றுமதி செய்கிறேன்.

இஸ்ரேல் நாட்டில் வளமெல்லாம் இருந்தும், ஆரஞ்சுகள் பயிர் செய்யப்படுவதில்லை. காரணம் ஒரு க்ளாஸ் சாறு

தரும் ஆரஞ்சை உற்பத்தி செய்ய ஆறு க்ளாஸ் நீர் வேண்டியிருக்கிறது. அதனால் இஸ்ரேல் ஆரஞ்சுகளை இறக்குமதி மட்டுமே செய்கிறது. இதன் மூலம் அது தன் மறைநீரைச் சேமிக்கிறது. அதனால் நாம்பாட்டுக்கு அன்னியச் செலாவணி கிடைக்கிறதென்று ஏற்றுமதி செய்து கொண்டே போனால் நீரும் காணாமல் போகுமல்லவா. அதற்கு என்ன செய்யலாம்?

அரசு சில கொள்கைகளை இதனைப் பொறுத்து மாற்றி அமைக்க வேண்டும். மறைநீர் அதிகம் செலவாகும் பொருட்களை விடக் குறைவாகச் செலவாகும் பொருட்களை ஊக்கப்படுத்தலாம். அவற்றுக்கு மானியம் அளிக்கலாம்.

நம்மிடையே பயன்பாடு அதிகமின்றி, வெறும் ஏற்றுமதியை மட்டும் நம்பிப் பயிரடப்படும் உணவுப் பயிர்களை, பணப்பயிர்களைக் குறைத்துக்கொண்டு வேறு மாற்றுகளை யோசிக்கலாம்

பெரும்பண்ணைகளில் இருந்து வருகிற பதப்படுத்திய இறைச்சியைவிட, அந்த அந்த ஊரின் இறைச்சிக் கடைகளில் இறைச்சி கொள்முதல் செய்யலாம். சிறிய அளவிலான இறைச்சிக்கூடங்களெல்லாம் பண்ணைகள் அளவுக்கு நீரை உறிஞ்சுவதில்லை.

சில பொருட்களைச் செலவானால் போகிறது என்று இறக்குமதி செய்துவிடலாம். பணம் நாளை திரும்ப வரலாம். ஆனால் நீர் வருமா என்பது சந்தேகமே.

ஏற்றுமதி வாணிபத்தை மட்டுமே நம்பியிருக்கிற நிலையை மாற்றிக்கொள்ள வேண்டும். கார் உற்பத்தி போன்ற மறைநீர் முழுங்கி மல்லையாக்களைக் கொஞ்சம் கட்டுக்குள் வைக்க வேண்டும்.

எரிபொருள் உற்பத்தியிலும் நீர் இருப்பதால், எவ்வளவுக்கு எவ்வளவு எரிபொருள் சேமிக்கிறோமோ அவ்வளவுக்கு அவ்வளவு நீரையும் சேமிக்கிறோம் என்று அர்த்தம்.

தொழிற்சாலைகள் அதிக அளவில் மீண்டும் பயன்படுத்த முடியாத சாம்பல் நிற நீரை வெளியிடுவதால் அவற்றின் தரக்கட்டுப்பாடுகளை இறுக்கமாக்க வேண்டும். நீர் சுத்திகரிப்புச் சட்டங்களையும் தண்டனைகளையும் இன்னும் கடுமையாக்க வேண்டும்.

இதனைத்தவிர நேரடிப் பயன்பாட்டில் இருக்கும் நீரையும் முடிந்தவரை சிக்கனமாகப் பயன்படுத்த வேண்டும்

இதுதான் நாட்டுக்கும் நாமிருக்கும் பூமிக்கும் நல்லது. நாம் ஒரு நாளில் போர் போட்டு உறிஞ்சுகிற, பம்ப் போட்டு இறைக்கிற, கழிசடையாய் ஆக்கி அனுப்புகிற நீரை, பூமி அதே அளவு கீழே கொண்டு போய்ச் சேர்க்கச் சில மாமாங்கங்கள் ஆகும். ஆகவே மறைநீரையும் கொஞ்சம் மனதில் வைப்போம்.

•

ஜூன் மாத வலம் இதழில் வெளியான கட்டுரை.

டயட்

சமீபகாலமாக அநேகம் அடிபடுகிற ஒரு சொல்: டயட். உணவுக் கட்டுப்பாடு என்ற இடத்தில் இருந்து நகர்ந்து அது இன்றைக்கு ஒரு மதம் போல உயர்ந்துவிட்டது. மதத்தைப் போலவே இன்று பல டயட்டுகளுக்கு குருமார்கள் இருக்கிறார்கள். அறிவியல் ரீதியாகவும் அனுபவ ரீதியாகவும் இதில் தொடர்ச்சியான விவாதங்களும் புதுமைகளும் நிகழ்கின்றன. ஒட்டுமொத்தமாகப் பார்த்தால் இந்த சமூகத்துக்கு உடல்நலத்தின் மீதான அக்கறை அதிகரிக்கிறது. தன் வாழ்க்கை முறையும் வேலை முறையும் உடல்நலத்துக்கு உகந்ததாக இல்லை என்று தனியாக மெனக்கெட ஆரம்பித்திருக்கிறார்கள். இது ஒரு ஆரோக்கியமான அறிகுறிதான்.

ஆனால், டயட் என்பதை நாம் உணவைத் தாண்டிப் பேச வேண்டியதாக இருக்கிறது. என்ன சொல்கிறீர்கள்... டயட் என்றாலே உணவு தானே என்கிறீர்களா? டயட் என்றால் கட்டுப்படுத்தப்பட்ட உணவுப் பழக்கம், சுருங்கச் சொன்னால் பத்தியம் என்பது அகராதிகள் விளக்கிச் சொல்வது உண்மைதான். ஆனால் பல விளக்கங்களில் ஒன்றுதான் அது. டயட் என்பதற்கு ஒரு குறிப்பிட்ட இடம், மொழியைச் சேர்ந்த இனக்குழுவின் தனிப்பட்ட உணவுப் பழக்கம் என்ற பொருளும் உண்டு. இன்றைய டயட்டுகள் ஏற்கனவே இருக்கும் உடல் உபாதைகளைக் களையவும், வருமுன் காக்கவுமே கைக்கொள்ளப்படுகின்றன.

மொழியைப் போலவே உணவும் மக்களின் அடையாளம் தான். காரணம் அந்த உணவுப் பழக்கத்தின் தோற்றுவாய்

அந்த மக்கள் இருந்த இடம், தட்ப வெப்பம், விளைபொருள், ஊட்டத்தேவை எல்லாவற்றையும் உள்ளடக்கியது. ஒரு இனக்குழுவின் உணவு முறையிலும் சமைக்கும் விதத்திலும் இதுவரை நடைபெற்றிருக்கும் சோதனைகள், எந்த சமகால அறிவியல் சோதனைகளையும் மிஞ்சியது என்றே சொல்லலாம். சோதனை, அதற்கான வெளிப்பாடு, அதன் விளைவாக ஏற்படும் புரிதல் என்பது சமகால அறிவியலின் experiment, observation and inference என்கிற கோட்பாட்டோடு ஒத்துப்போகிறது. உணவுப் பொருட்களின் வேதியியல் மூலக்கூறுகளை உடல் எப்படிக் கொடுத்தால் அதிகம் உறிஞ்சுகிறது என்ற bioavailability பரிசோதனைகளின் இறுதி வடிவமே சமையல் முறைகள்.

மேலும் உணவு என்பதற்கான உலகப் பொது விளக்கம் என்பதைக் கொடுக்க யாராலும் முடியாது. நமக்கிருக்கும் இறைச்சி என்ற சொல்லுக்கான புரிதலும், மேற்கு ஆசிய மக்களுக்கு இருக்கும் புரிதலும் நிச்சயம் வேறானவை. போர்கள் போன்ற அரசியல் காரணங்களால், எப்படி மொழி தாக்குதலுக்கு உள்ளாகிறதோ அதுபோலவே உணவுப் பழக்கமும் தாக்குதலுக்கு உள்ளாகும். ஓர் இனக் குழுவின் உணவு வரலாற்றை அரசியல் வரலாற்றோடு ஒப்பிட்டுப் பார்க்க முடியும். மிகச் சிறந்த உதாரணமாக நம்முடைய இனிப்பு வகைகள், இறைச்சி உணவு வகைகளில் முகலாயத் தாக்கம் நிறைந்திருக்கும் . இது ஒரு சிக்கலான வலைப்பின்னல். உணவு என்பதை வெறும் தட்டில் வந்து விழுவதாக மட்டும் கொள்ள முடியாது. உணவு என்பது உணவுக்கான விளைபொருட்கள் விளையும் இடம். திருநெல்வேலியில் கிடைக்கும் திருநெல்வேலி அல்வாவுக்கு தாமிரபரணி நீரைப் பயன்படுத்துவதால்தான் அந்தச் சுவை. சில சீஸ் வகைகளை உலகில் இன்னின்ன இடங்களில் மட்டுமே தயாரிக்க வேண்டும் என்று சட்டங்கள் இருக்கின்றன.

உணவு தயாரிக்கப்படும் விதமும் முக்கியம். ஆம்பூர் பிரியாணியின் சுவைக்குக் காரணம் அதன் ஜீரக சம்பாவும் தம் கட்டுதலும்.

உணவு பரிமாறப்படும் விதம்

மேலும் அதன் பின்னுள்ள கலாசார விழுமியங்களையும் உள்ளடக்கியது.

அப்படிப் பார்த்தால் உலகம் முழுவதும் ஆயிரக்கணக்கான உணவு முறைகள் இருக்கின்றன. உணவுகளின் பரிச்சயத்தைக் கொண்டு கணக்கிட்டால் பர்கர் வகையறா நிறைந்த அமெரிக்க முறை, ப்ரெட் முட்டை ஜாம் என்று காலை உணவை முடிக்கிற ஆங்கிலேய முறை, பீட்ஸா, ஸ்பகெட்டி, பாஸ்தா, லஸாக்னா என்னும் இத்தாலிய முறை, இறைச்சிகள் நிறைந்த அரேபிய முறை, நூடுல்ஸ், செஷ்வான் வகைச் சீன முறை, இப்போது எத்தியோப்பிய உணவு வகைகள் கிடைக்கும் ஹோட்டல்கள் வர ஆரம்பித்திருக்கின்றன.

ஏன் உலகம் வரை போகவேண்டும்? துணைக்கண்டமான நம் நாட்டிலேயே மாநிலத்துக்கு ஒரு உணவு முறை உண்டே. ராஜஸ்தானி, பஞ்சாபி, குஜராத்தி உணவகங்கள், ஆந்திரா மெஸ்கள், கேரள உணவகங்கள் நம் ஊரில் சக்கை போடு போடுகின்றன. ஒவ்வொரு நூறு நூற்றைம்பது கிமீக்கும் ஒரு உணவு முறை இருக்கிறது நம் நாட்டில்.

இப்படி உலகம் முழுக்க உணவுப் பழக்கங்களைத் தேடியதில் மிக ஆரோக்கியமான உணவுப் பழக்கமாக மத்திய தரைக்கடல் Mediterranean பகுதியைச் சேர்ந்த மக்களின் உணவுப் பழக்கம் சொல்லப்படுகிறது. மத்திய தரைக்கடல் பகுதியைச் சேர்ந்த கிரீஸ் போன்ற நாடுகளில் இருக்கிற உணவுப் பழக்கத்தை மத்திய தரைக்கடல் பகுதி உணவு முறை சொல்கிறார்கள்.

நம் இட்லி சாம்பாரையும் வெண்பொங்கல் வடகறியையும் ஐநா சபை உலகிலேயே சிறந்த காலை உணவாக அறிவித்திருக்கிறது என்று வாட்ஸப்பில் வதந்திகள் வரும். ஞாபகம் இருக்கிறதா ஐநா சபைக்கும் இதற்கும் சம்பந்தம் இல்லை. ஆனால் யுனெஸ்கோ என்ற ஐக்கிய நாடுகளின் கல்வி, அறிவியல் பண்பாட்டுக் கூட்டமைப்புப் பண்பாடு சார்ந்த சில விஷயங்களை கலாசார அடையாளங்களாக அங்கீகரிக்கிறது. நானூற்றிச் சொச்சம் விஷயங்களில் இந்தியாவில் இருந்து ஒரு பன்னிரண்டு விஷயங்களை அங்கீகரித்திருக்கிறார்கள். கேரளாவின் குதியாட்டம், ராம்லீலா நாடகம், யோகா, பஞ்சாப்பில் ஒரு இடத்தில் மட்டும் பிரத்யேக முறையில் நடைபெறும் செம்பு மற்றும் பித்தளைப் பாத்திரங்கள் தயாரிப்பு என்று பட்டியல் நீள்கிறது. அந்த யுனெஸ்கோ இந்த மத்திய தரைக்கடல் பகுதியின் மெடிட்டரேனியன் டயட்டை mediterranean diet

கலாசாரச் சின்னமாக அங்கீகரித்திருக்கிறார்கள். அவர்கள் அந்த வலைப்பக்கத்தில் இந்த உணவு முறைக்குக் கொடுத்திருக்கும் விளக்கம் பிரமிக்க வைக்கிறது.

> **மத்திய தரைக்கடல் உணவு முறையானது பயிர்கள், அறுவடை, மீன் பிடித்தல், மிருக வளர்ப்பு, பராமரிப்பு, செயல் முறை, சமைக்கும் முறை, பரிமாறும் விதம், உணவு உண்ணும் விதம் போன்ற விஷயங்களில் செய்நேர்த்தி, புத்திகூர்மை, சடங்குகள், குறியீடுகள், பாரம்பரிய வழிமுறைகள் ஆகியவற்றைக் கொண்டதாகத் திகழ்கிறது. விருந்தோம்பல், அண்மைத்தன்மை, கலாசார கலப்பின் தாக்கம், படைப்பூக்கம், பன்மைத் தன்மையை அங்கீகரிக்கும் பண்பு ஆகியவற்றைக் கொண்டதாகத் திகழ்கிறது.**

(என்ன... இந்திய உணவு முறைக்கும் இது அப்படியே பொருந்துவதாக உங்களுக்குத் தோன்றுகிறதா..? யுனெஸ்கோவுக்கு மின் அஞ்சல் தட்டுங்கள்)

மத்திய தரைக்கடல் உணவில் அப்படி என்ன நளபாகம், பீமபாகம் பண்ணுகிறார்கள் என்று பார்த்தால் பெரிதாக ஒன்றுமில்லை. வறுக்க, பொரிக்க, வதக்க, தாளிக்க, குழைக்க என்று எல்லாவற்றுக்கும் ஆலிவ் எண்ணை. நிறைய பச்சைக் காய்கறிகள், அதி முக்கியமாக மீன். பாலூட்டிகளின் மாமிசங்கள் அறவே கிடையாது. அல்லது மிகக் குறைந்த அளவு. முத்தாய்ப்பாக ஒரு கிளாஸ் ஒயின். தவிர கிரேக்க மரபுப்படி வருடத்தில் குறிப்பிடத்தக்க எண்ணிக்கையிலான நாட்கள் விரதத்துக்காக ஒதுக்கப் பட்டவை. ஆனால் மருத்துவப் புள்ளிவிவரங்கள் சொல்வது என்னவென்றால் அந்த மத்திய தரைக்கடல் நாடுகளில் இதய நோயால் பாதிக்கப்பட்டவர்களின் எண்ணிக்கை மிகக் குறைவு. மேலும் அனைவரும் பழம் தின்று கொட்டை போட்டு அந்தக் கொட்டைகளெல்லாம் செடியாய் முளைக்கிற வரை உயிரோடிருந்தார்கள். இது உலகச் சராசரி வாழ்நாளைவிடக் குறிப்பிடத்தகுந்த அளவு அதிகம். இத்தனைக்கும் அந்த நாடுகள் மருத்துவ வசதிகளில் பின் தங்கியே இருக்கின்றன.

மருத்துவ வசதி இல்லாமல், இப்படி ஒரு எளிமையான உணவைத் தின்றால் உடல்நிலைக்கு ஒரு குந்தகமும் வராதா என்று கேட்கலாம். தேவையைத்தவிர உடலை ஒரு

இம்மி கூட அசைக்க மாட்டாத, உண்ணும் உணவுக்கும் செய்கிற வேலைக்கும் எந்த சம்பந்தமும் இல்லாதவாறு வாழும் வர்க்கம் இந்த உணவு முறையை க்ளைமாக்ஸில் காலில் விழும் ஹீரோயின் கணக்காகக் கெட்டியாகப் பிடித்துக் கொண்டது. 1960கள் முதலே இந்த மெடிட்டரேனியன் டயட் மேற்குலகில் பிரபலம். ஆலிவ் ஆயில் பேரல் பேரலாகக் கொள்முதல் செய்யப்பட்டது. உடற்பருமன், இருதய நோய் போன்றவை வந்த, எப்போது வேண்டுமானாலும் வரலாம் என்று எச்சரிக்கப்பட்ட ஒரு சமூகம் இந்த டயட்டுக்கு அடிமையானது.

வண்டி நல்லா ஓடும் என்று பெட்ரோல், டீசலுக்குப் பதிலாய் ஆலிவ் ஆயில் ஊற்றி ஓட்டாத குறை. காரணம் மன அழுத்தம் நிறைந்த வாழ்க்கை முறை, அதிகச் சர்க்கரை கொண்ட உணவுப் பொருட்கள், பதப்படுத்தப்பட்ட உணவு வகைகள் இவையெல்லாம் அந்தச் சமூகத்தை எத்தைத் தின்றால் பித்தம் தெளியும் என்ற நிலையில் வைத்திருந்தது. ஆனால் 1960ல் இருந்து இந்த உணவு முறை மேற்குலகில் புழக்கத்தில் இருந்தாலும் இதய நோயால் பாதிக்கப் பட்டவர்களின் புள்ளி விவரங்கள் ஏறிக்கொண்டுதான் போகின்றனவே தவிர இறங்கவில்லை.

இது ஏதோ திருவிழாச் சந்தையில் முறுக்கு பிழியும் மிஷின் வாங்கின கதையாகப் போய்விட்டது. அவர் கால் விரலால் பிழிந்தாலும் முறுக்கு வரும். வீட்டுக்கு வந்து மாவு போட்டு அழுத்தினால், ம்ம்ஹூம்... பெங்களூருவின் சில்க் போர்ட் டிராஃபிக்போல நகரமாட்டேன் என்று முரண்டு பிடிக்குமல்லவா. இந்த டயட், கறுப்புத் துண்டுக்காரரின் ஆதர்ச நாடுகளான கிரேக்கத்திலே, ஏதென்ஸிலே இருப்பவர்களுக்கெல்லாம் வேலை செய்கிறது. ஏன் நமக்கு வேலை செய்யவில்லை என்று மண்டையைப் பிய்த்துக்கொண்டார்கள்.

விடை: இதற்கு யுனெஸ்கோ பாடிய பாராட்டுப் பத்திரத்தின் கடைசிப் பகுதியைக் கவனித்தால் இருக்கிறது.

> **விருந்தோம்பல், அண்மைத்தன்மை, கலாசார கலப்பின் தாக்கம், படைப்பூக்கம், பன்மைத்தன்மையை அங்கீகரிக்கும் பண்பு ஆகியவற்றைக் கொண்டதாகத் திகழ்கிறது.**

ஆக இந்த ஒட்டுமொத்த டயட்டைத் தட்டு நிறைய வைத்துக்கொண்டு டிவி சீரியல் பார்த்து வில்லனைத் திட்டிக்கொண்டு தின்றால் கொழுப்பும் குறையாது. இதய நோயில் இருந்து பாதுகாப்பும் கிடையாது. முக்கியமான விஷயம் உணவைப் பகிர்ந்து சாப்பிடவேண்டும். கூடி உட்கார்ந்து பேசிக்கொண்டு, கிண்டலோடு சிரித்து, ஒருவரின் கவலைகளைப் பகிர்ந்துகொண்டு, அடுத்தவர் தட்டில் என்ன குறைகிறது என்று பார்த்துப் பரிமாறி என ஒவ்வொரு வேளை உணவையும் கூடி விருந்தோம்புகிறார்கள்.

இது வெறும் சப்பைக்கட்டு அல்ல. அறிவியல் ரீதியாக மருத்துவ ரீதியாக நிரூபிக்கப்பட்ட ஒரு விஷயம். சந்தோஷங்களை துக்கங்களைப் பகிர்ந்து கொள்கையில் அது மன அழுத்தத்தில் இருந்து நம்மை விடுவிக்கிறது. மன அழுத்தம், கிட்னியின் மேலிருக்கும் அட்ரீனல் சுரப்பிகளில் இருந்து ஹார்மோன்களை ரத்த ஓட்டத்தில் கலக்க வைக்கிறது. இவை நரம்பு மண்டலத்தைப் பாதிப்பதோடு மட்டுமில்லாமல், நோயெதிர் மண்டலத்தின் சீர்மையைக் குலைக்கின்றன. இந்தப் பகிர்தல் உடலளவிலும், மன அளவிலும் ஒரு மனிதனை வலிமையானவன் ஆக்குகிறது. மேலும் ஆலிவ் ஆயில் தேவையில்லாத அடர்த்தி குறைந்த லிபிட்டை (low density lipoprotein) சேர விடாமல் தடுக்கிறது. பழங்கள், காய்கறிகள் நார்ச்சத்துகளையும் வைட்டமின் களையும் வழங்குகின்றன. புரதத்துக்கு மீன் இருக்கிறது. சிகப்பு மாமிசம் red meat என்று அழைக்கப்படும் பாலூட்டிகளின் மாமிசம் மிகக் குறைவாக எடுப்பதால் free radicals என்னும் நச்சுகள் உடலில் சேர வாய்ப்பு மிகக் குறைவு. அப்படியே சேர்ந்தாலும் நடுநடுவே அருந்துகிற ஒரே ஒரு கோப்பை ஒயினில் இருக்கும் ஆன்டிஆக்ஸிடண்ட்கள் வெளியேற்றிவிடுகின்றன.

ஆக இந்த டயட்டை, ஹோட்டலில் வாங்கிவந்தெல்லாம் சாப்பிட முடியாது. இது வெறும் உணவு முறை அல்ல. ஒரு வாழ்க்கை முறை. அப்போதுதான் அதன் முழுமையான பலன்கள் கிடைக்கிறது. ஆண்டாள், திருப்பாவையில் முழங்கை வரை நெய் ஒழுகுகிற அக்கார அடிசிலை 'கூடி இருந்து குளிர்ந்தேலோர் எம்பாவாய்' என்றுதான் சொல்கிறாள். கூடிக் குளிர்வதால் உடல் மற்றும் மனதுக்குக் கிடைக்கும் நன்மைகளுக்கு முன்னர், முழங்கை வரை நெய் வடியும் அக்கார அடிசில் எதுவும் செய்யாது. அடுத்த பாசுரத்தில்

‘கறவைகள் பின்சென்று கானம் சேர்த்து உண்போம்’ என்கிறாள். திருமூலர் ‘ஆர்க்கும் இடுமின். அவர் இவர் எண்ணன்மின்’ என்கிறார். இதுபோல பல உதாரணங்கள் சொல்லலாம்.

உணவை மதக் கலாச்சார சடங்குகள் நிமித்தமாக அல்லது வேலை செய்யும் இடத்தே அமர்ந்து பிரித்து உண்ணுகிற பழக்கம் நம் மண்ணிலும் இருந்திருக்கிறது. கிராமத்துப் பள்ளிக் கூடங்களில் மதிய உணவு வேலையில் பெரிய வட்டமாக அமர்ந்து உண்பார்கள். ஊர்த் திருவிழாவுக்கு ஒருவர் வீட்டிலும் அடுப்பெரிக்காமல் பெரும் சமையலாகச் செய்து ஒன்றாய் உண்கிற மரபு நமக்கு இருக்கிறது. வெகு தீவிரமாக, உணவு சமைத்தலை, பரிமாறலை, உண்ணுதலைப் பற்றிய புரிதல் நமக்குக் கடத்தப்பட்டுக்கொண்டே இருந்திருக்கிறது. அந்த மரபுதான் ஆப்பத்துக்குத் தேங்காய்ப்பால், அடைக்கு வெல்லம் என்று வக்கணையைக் கொடுத்திருக்கிறது.

ஆனால் வேலைச் சூழல், குடும்பச் சூழல் இந்தக் கூடி உண்ணுதற்கான வாய்ப்புகளைக் குறைக்கிறது. ஆனால் சில பழக்கங்களை வழக்கமாக்கினால் உடல் மற்றும் மன நலம் பேணப்படும்.

அ. வழக்கமான உணவுப்பழக்கத்துக்குச் சொல்லப்படும் அறிவுரைதான். உணவில் எல்லா சத்துக்கும் இடம் கிடைக்குமாறு பார்த்துக்கொள்ளுங்கள். பச்சைக்காய் கறிகளும் பழங்களும் முக்கியம். ஆலிவ் ஆயில் இருந்தால் நன்று. இல்லாவிட்டாலும் பரவாயில்லை. ஏனெனில் அது விலை அதிகம். இதை எழுதிய ஆள் வாங்கச் சொல்லியிருக்கிறார் என்று யாரிடமாவது என்னை வாங்கிக்கட்டிக்கொள்ள வைத்து விடாதீர்கள்.

ஆ. இரண்டு வாரத்துக்கு ஒருமுறை விரதம் இருக்கப் பழகுங்கள். விரதம் எனில் சுத்த விரதம். நீர் மட்டும் குடியுங்கள். செரிமான மண்டலம் தன்னைத் தானே பழைய நிலைக்குக் கொண்டுவர இந்த அவகாசம் அவசியம் (இது குறைந்த இரத்த அழுத்தம், நீரிழிவு நோயாளர்களுக்கு அல்ல).

இ. இறைச்சி உண்பவர்கள் எனில் வெகுநாள் பதப்படுத்தப் பட்டதை வாங்கி உண்ணாதீர்கள்.

ஈ. ஒரு வேளை உணவாவது குடும்பத்தினருடனோ வெளியில் தங்கியிருப்பவர்கள் எனில் உடன் தங்கி இருப்பவர் உடனோ அமர்ந்து உண்ணுங்கள்.

உ. அந்த உடனமர்ந்து உண்ணும் பொழுதைத் தொலைக் காட்சியோ, கைபேசியோ களவாடாமல் இருக்கட்டும். ஏனெனில் அந்த உணவைவிட அந்தப் பொழுதில் நடக்கும் உணர்வுப் பரிமாறல் முக்கியம்.

ஆரம்பத்தில் ஆண்டிராய்டில் இருந்து தலை நிமிர்த்துவது கொஞ்சம் கடினமாகத்தான் இருக்கும். பின்னர் அந்த நேரத்தின் அழகு புரியும். இந்த டயட்டை பழக்கத்துக்குக் கொண்டு வாருங்கள். உடலுக்கும் மனதுக்கும் வலு சேருங்கள்.

•

ஜூலை மாத வலம் இதழில் வெளியான கட்டுரை.

எங்கே செல்லும் இந்தப் பாதை

தன் மனைவி நாய் வளர்ப்பதைப் பிடிக்காத கணவனைப் பற்றிய ஒரு நகைச்சுவை சொல்வார்கள்:

தனக்குப் பிடிக்காத மனைவியின் நாயை, கணவன் தன் காரில் ஏற்றி சுமார் இரண்டு கிமீ தள்ளிக்கொண்டுபோய் விட்டுவிட்டு வருகிறான். அந்த நாய் அவன் வரும்முன்னர் வீட்டுக்கு வழி கண்டுபிடித்து வந்துவிடுகிறது. அடுத்த முறை ஒரு பத்து கிமீ எங்கெல்லாமோ சுற்றிச் சுற்றிப் போய்விட்டுவிடுகிறான். மறுபடியும் வந்துவிடுகிறது. மூன்றாவது முறை இன்னும் ஏகப்பட்ட தூரம் போய் இறக்கிவிடுகிறான். திரும்பி வரும் வழி இவனுக்கு மறந்துவிடுகிறது. மனைவியை ஃபோனில் அழைத்து அந்த நாய் வந்துட்டுதா என்று கேட்கிறான். மனைவி ஆம் என்கிறாள். அதை அனுப்பி வை. எனக்கு வழி மறந்துபோச்சு என்று கணவன் சொல்வதாக அந்த நகைச்சுவை போகும்.

அதில் கவனிக்க வேண்டிய உண்மை என்னவெனில் அந்த நாய் எப்படியோ வழி கண்டுபிடித்துவிடுகிறது என்பது தான். நாய் மட்டுமல்ல பொதுவாகவே விலங்குகள் வழி தெரியாமல் முச்சந்தியில் நின்று தலையைச் சொறிவதில்லை. என் தாத்தாவின் இளம்பிராயத்தில் அவர் யாருக்கோ விற்ற ஒரு வண்டிமாடு விற்றவர் வீட்டிலிருந்து கயிற்றை அவிழ்த்துக்கொண்டு நேரே வீட்டுக்கு வந்துவிட்டதாம். மன்னர்கள் கதைகளில் அவர்களின் குதிரைகள் மயக்கமுற்ற தன் எஜமானரைச் சுமந்துகொண்டு அரண்மனைக்குத் திரும்பிய கதையெல்லாம் கேட்டிருப்போம்.

இதெல்லாம் என்ன பிசாத்து? தி கிரேட் ஆர்டிக் டெர்ன் the great arctic tern என்னும் பறவை வலசை migration போவதற்காக வடதுருவத்தில் இருந்து தென்துருவத்துக்கு வலசை முடிந்து ஒரு ரிடர்ன் ட்ரிப்பும் அடிக்கிறது. அசகாய சூரத்தனம். கடல்மேல் பறக்கையில் சட்டென்று நீருக்குள் பாய்ந்து ஒரு மீனைக் கவ்விக்கொண்டு அந்த மீனைக் காற்றிலேயே தூக்கிப்போட்டுப் பறக்கையிலேயே பிடித்து விழுங்கிவிடும். டெர்ன் பறவைகள் தமிழில் ஆலாக்கள் என்று அழைக்கப்படுகின்றன. ஓயாமல் பறக்கிற அவற்றின் பெயராலேயே ஆலாய்ப் பறக்கிறான் என்ற சொலவடை வந்திருக்கக் கூடும்.

அதேபோல சாலமன் மீன்கள் இனப்பெருக்கப் பருவம் வந்ததும், கடலில் இருந்து சில ஆயிரம் கிலோமீட்டர்கள் எதிர்நீச்சல் போட்டு, தான் பிறந்த நதிப் படுகைக்குப் போய் இனப்பெருக்கம் செய்து முட்டையிடுகின்றன. புறாக்கள் தம் காலில் கட்டிய ஓலையை, கச்சிதமாகச் சேர வேண்டிய இடத்தில் சேர்த்துவிட்டு 'ஏப்பா!! ரிப்ளை ஏதும் போடுவியா' என்று பதில் ஓலையையும் வாங்கிக்கொண்டு வந்து சேர்கின்றன. சாணத்தை உருட்டி எடுத்துப்போய் சேகரிக்கும் வண்டுகள் சாணத்தை உருட்டிக்கொண்டு வழி மாறாமல் தன் இருப்பிடம் சேர்கின்றன.

விலங்குகள், பறவைகள் மற்றும் பூச்சிகள் திசை அறியும் நுட்பம் மிக மிகச் சுவாரசியமானது. அவை இயற்கையைப் பலவாறாகத் தங்களுக்கு வழிகாட்டியாகப் பயன்படுத்து கின்றன. அவற்றுள் முக்கியமானது சூரியன். சூரியன் இருக்கும் இடத்தையும், அப்போதைய நேரத்தை வைத்தும் வழி கண்டுபிடிக்கின்றன. தேனீக்கள் இந்த வித்தையில் கில்லாடிகள். பூ எங்கிருக்கிறது என்று ஃபீல்ட் விசிட்டுக்குப் புறப்படும் முதல் தேனீ, பூக்களைக் கண்டவுடன் திரும்பி வந்து 'சூரியனுக்கு எதுத்தாப்புல அஞ்சு டிகிரி லேசா சாஞ்சு போனா ஒரு நந்தவனமே இருக்கு' என்று வழி சொல்கின்றன.

பறவைகள் சூரியனை நம்புகின்றன. அதைத்தவிர வானம் மப்பும் மந்தாரமுமாக இருக்கையில் பூமியின் காந்தப்புல மாறுதல்களை வைத்து இடம் கண்டுபிடிக்கின்றன. இந்தக் காந்தப்புல மாறுதல்களை வைத்துத் திசை கண்டுபிடிக்கும் திறன் பறவைகளில் மட்டுமல்ல பாக்டீரியாக்களிலும்

உள்ளது. அவற்றின் உடலினுள் சிறு இரும்புத் தாது அதனை ஒட்டிச் சில புரதங்கள், காந்தப்புல மாறுதலால் அந்த இம்மி இரும்புத் தாதுவில் ஏற்படும் மாற்றங்கள் சுற்றி இருக்கும் புரதங்களையும் பாதித்து அதன் மூலம் 'ஏ வேடந்தாங்கல் வந்தாச்சு லேண்ட் ஆகு' என்று பறவைகள் இறங்கும்.

இதையும் தவிர க்ரிப்டோக்ரோம் cryptochrome என்னும் புரதங்களின் மூலமும் காந்தப்புல மாறுதல்களை அறிய முடியும். அந்தப் புரதங்கள் காந்தப்புல மாறுதலால் ஒளியில் ஏற்படும் மாறுதல்களை வைத்து வழி கண்டுபிடிக்கின்றன. பழக்கடைகளில் மாம்பழங்களை மொய்க்கும் பழ வண்டுகள் இந்த க்ரிப்டோக்ரோம்களைத்தான் வழிகாட்டி யாகக் கொண்டுள்ளன. சாணத்தை உருட்டி எடுத்துப் போகும் வண்டுகள் உண்மையில் எல்லா ஜீவராசிகளையும் தலைகுனிய வைக்கின்றன. அவை பால்வீதியின் நட்சத்திரங்களை, இரவு வானில் அவற்றின் இருப்பிட மாறுதல்களைக் கொண்டு சாணத்தை உருட்டி இருப்பிடம் எடுத்துப்போகின்றனவாம். சாலமன் மீன்கள் ஞாபகத்தின் மூலமாகவும் வாசனையின் மூலமாகவும் தான் பிறந்த நதிப்படுகையை அடைகின்றன.

நாமும் சளைத்தவர்கள் இல்லை. இந்த உலகத்தில் வாழிடத்துக்காகவும், பிழைப்புக்காவும் இடம்பெயரும் ஜீவன்களில் மனிதர்களும் அடக்கம். ஆப்பிரிக்காவில் தொடங்கிக் கண்டம் தீவுகள் எனத் தாறுமாறாக இடம் பெயர்ந்திருக்கிறோம். கிட்டத்தட்ட நடந்தேபோய்ப் பல கண்டங்களில் குடியேறியிருக்கிறோம். ஆஸ்திரேலியா போன்ற கண்டங்களுக்கெல்லாம் எப்படிப்போனோம் என்பது இப்போது வரை பெரிய பிரமிப்புதான். காந்தப் புலத்தை அறியும் அளவுக்கு நமது மூளைக்குத் திறமை யில்லை என்றாலும், இந்த நகர்தலுக்கு நம் மூளை பழக்கப் பட்டதுதான் காரணம்.

இன்னும் பார்த்தால் வேட்டைச் சமூகக் காலத்தில் எதையாவது துரத்திப்போய் அடித்துக் கொண்டு மீண்டும் வீடோ, குகையோ திரும்புதல் என்பது உயிர்வாழ்தலுக்கு அத்தியாவசியமான ஒன்று. நமது மூளையில் அதற்கு உரிய பங்கு இருக்கிறது. மூளையின் இரண்டு அரைக் கோளங்களுக்கு அடியிலும் குர்குரே சிப்ஸ் போன்ற ஒரு வடிவத்தில் மூளையின் ஒரு ஏரியா இருக்கிறது. அதன்

பெயர் ஹிப்போகாம்பஸ் hippocampus. ஹிப்போகாம்பஸ் குறுகிய கால ஞாபகத் திறன், நெடுங்கால ஞாபகத் திறன் மற்றும் பரிமாண ஞாபகங்களை நிர்வகிக்கக் கூடியதாக இருக்கிறது. short, long and spatial memory.

புதிதாக ஓர் இடத்துக்குப் போகையில் அந்த இடத்தைப் பார்வையால் அளந்து அதன் பரிமாணங்களைக் கொண்டு, நம்மால் எங்கெல்லாம் நகர முடியும் என்று ஒரு திட்டம் வைத்துக்கொள்ளும். பார்வையற்றோருக்கு வேறு புலன்களால் அந்த இடைவெளி நிரப்பப்படும். அந்த இடத்தின் வழியாகத் திரும்ப வரவேண்டி இருக்குமெனில் அதைக் குறுகிய கால ஞாபகத்திலேயே வைக்கும். அடிக்கடி வந்து போகிற இடமெனில் நெடுங்கால இலாகாவுக்கு மாற்றிவிடும். இதனைத் தவிர 'பாஸ் இங்கேர்ந்து செவுறு ஏறிக் குதிச்சா, நேரா சாப்புட்ற இடத்துக்கு வந்துடலாம் பாஸ்' என்பதுபோல முப்பரி மாணத்தில் வரைபடம் தயாரிக்கிற பரிமாண ஞாபகங்களை யும் அதுவே நிர்வகிக்கிறது.

அறிவியல் சம்பிரதாயப்படி எலிகளை வைத்து சோதனை செய்ததில் அவற்றின் ஹிப்போக்காம்பஸின் இடம் கண்டுபிடித்தலுக்கான சிறப்பான ந்யூரான்கள் இருப்பதைக் கண்டுபிடித்திருக்கிறார்கள். எலிகள் ஓர் அறைக்குள் நகர்கையில் ஒவ்வொரு இடத்துக்கும் ஒவ்வொரு ந்யூரான்கள் செயல்பட்டிருக்கின்றன. ஒரு புது அறைக்குள் விடப்படுகையில் அந்த அறையின் பரிமாணங்களை அறிந்துகொள்ளவும், ஒவ்வொரு பகுதிக்கும் ஒவ்வொரு ந்யூரான் என்று நிறுவவும் வேண்டியிருப்பதால் ஹிப்போகாம்பஸ் அதிகம் செயல்படுவதைக் கண்டுபிடித்திருக்கிறார்கள்.

பாலூட்டிகளின் மூளை அமைப்பில் ஏகப்பட்ட ஒற்றுமைகள் இருப்பதால் நமக்கும் இதே ந்யூரான் நேர்ந்து விடல்கள் உண்டு. ஆரம்ப காலத்தில் வழி கண்டுபிடிக்க எந்த உபகரணமோ, உதவியோ இல்லாத போது இந்த வழிகளெல்லாம் செவி வழிச் செய்திகளாக, அந்தக் குழுவின் மூத்த, பழுத்த அனுபவமுடைய ஒரு மனிதரால் கடத்தப்படும். வானியல், காற்று வீசும் திசை, நீரோடும் திசை இவற்றையெல்லாம் நாம் பயன்படுத்தி வழிகண்டு பிடிக்கத் தொடங்குகையில் மூளையும் அந்தக் கருவிகள்

சார்ந்த தரவுகளைத் தொடர்ச்சியாகச் சேமித்துக்கொண்டே வந்து கொண்டிருந்தது. அந்தக் கண்டுபிடிப்பு வளர்ச்சியில் ஒரு முக்கிய மைல்கல்தான் வரைபடங்கள்.

வரைபடங்கள் வாழ்வை எளிதாக்கியிருக்கின்றன. பெரிய நிலப்பரப்புகளை ஆளவும், கடக்கவும் ஏன் அழிக்கவும் பயன்பட்டிருக்கின்றன. Cartography என்கிற வரைபடவியல் மிகவும் சுவாரசியமான ஒரு இயல். வரைபடங்களை எப்படி வரையவேண்டும். அவற்றின் அளவீடுகள் என்ன மாதிரியாக இருக்கவேண்டும் என்றெல்லாம் சொல்லும். நாம் தட்டையான பேப்பரில் பார்க்கிற வரைபடங்கள் உருச்சிதைந்தவையே. கிட்டத்தட்ட ஆப்பிரிக்காவுக்குத் தம்பி போல வரைபடத்தில் தெரிய வரும் க்ரீன்லாந்து உண்மையில் அளவீட்டில் ஆப்பிரிக்காவுக்குப் பக்கத்தில் கூட வர முடியாது. ஆனால் ஒரு கோளத்தைத் தட்டையான இருபரிமாணத்தாளில் தருவது என்கிற இடியாப்பச் சிக்கலில் இதுவே பெரிய விஷயம். நாம் வழிமாறிப் போகாமல் திரும்ப வருவோம். வரைபடங்கள் மிக அதிகம் பயன்பட்டது கடலோடிகளுக்குதான். வெறும் நட்சத்திரங் களையும் தொலைநோக்கிகளையும் வைத்துக் குத்து மதிப்பாகப் போய்க்கொண்டிருந்த கப்பல்கள் துல்லியமாக இலக்கை நோக்கிப் பயணிக்க வரைபடங்களே பெரிதும் உதவின. உலக வரலாற்றிலும் வர்த்தகத்திலும் பெரும் திருப்பங்களுக்கு அதுவே காரணமானது.

ஆனால் வரைபடங்கள் நெகிழ்வுத்தன்மை கொண்டவை அல்ல. அவற்றின் மேற்பக்கம் எப்போதுமே வடக்கைப் பார்த்துதான் இருக்கும். 'உனக்கு வேணும்னா நீ திரும்பி பாத்துக்கோ' என்கிற கதையாய் முரண்டு பிடிக்கும். அப்படி வேறு ஒரு பொருளை, இந்த இடத்தில் வடக்கு திசையை ஆதாரமாய்க் கொண்டிருப்பதால் இவ்வகையான வரைபடங்களை அல்லோசெண்ட்ரிக் allocentric என்று அழைக்கிறார்கள்.

நன்றாக வரைபடத்தை அலசத் தெரிந்த ஒரு ஆளுக்கு ஹிப்போக்காம்பஸ் கொஞ்சம் கூடுதலாக வேலை செய்யும். ஒரு நகரின் வரைபடத்தைப் பார்க்கையில் ஒவ்வொரு சாலையும் எங்கு போகிறது, இடையில் வரும் முச்சந்தி, நாற்சந்திகள் எங்கெல்லாம் போகின்றன என்று நாம் இருக்கும் இடத்தையும், அந்த வரைபடத்தையும் ஒப்பிட்டு

ஹிப்போகாம்பஸ் ஒரு வரைபடத்தைத் தனக்குத் தானே தயாரித்துக்கொள்ளும். 'சத்யம் தியேட்டர் போணுமா அண்ணா சாலை ட்ராபிக்கா பீச் ரோடு புடிச்சு சுத்தி ' உள்ள போய்க்கலாம்' என்று சூழ்நிலைகளுக்கு ஏற்ப முடிவுகளையும் எடுக்கும்.

ஆனால் பாருங்கள் இந்த கூகுள் மேப்ஸ் போன்ற வழிகாட்டும் செயலிகளின் வரைபடங்கள் இஷ்டத்துக்குத் திரும்பும். அதாவது நீங்கள் முக்கியம். வடக்கு தெற்கெல்லாம் இல்லை. உங்களுடைய இடது, வலது, முன், பின் இவைதான் திசைகள். இப்படித் தன்னை முன்னிலைப் படுத்தலுக்கு ஈகோசெண்ட்ரிக் egocentric என்று பெயர். ஈகோ செண்ட்ரிக் வரைபடங்களில் ஹிப்போகேம்பஸ் திணறும். நாம் திரும்புவதற்கு ஏற்ப அதுவும் சுழன்று கொண்டே இருப்பதால் லேசாய்க் கடுப்பாகும். Turn right at என்று திரும்பச் சொல்கிற கணினிப் பெண்குரலைக் கிட்டத்தட்ட தன் சக்களத்தியாகவே பார்க்கும். அந்தக் குரல் ஒலிக்கையில் அது ந்யூரான்களைப் பயன்படுத்தும் தேவையின்றிப் போவதால் ஹிப்போகாம்பஸ் கிட்டத் தட்ட அணைக்கப்படுவதாக ஆராய்ச்சிகள் கூறுகின்றன.

லண்டனில் டாக்ஸி ஓட்டுநர்களை வைத்து ஓர் ஆய்வு செய்யப்பட்டது. வாடிக்கையாளர்கள் சொல்லும் இடத்துக்குச் சென்று சேர ஒரு சாரார் வழிகாட்டும் செயலிகளைப் பயன்படுத்தலாம். மற்றொரு சாரார் பயன்படுத்தக்கூடாது. அந்த ஆய்வு நடக்கும்போது அவர்களுடைய மூளையை ஸ்கேன் செய்து பார்த்ததில் வழிகாட்டும் செயலிகளைப் பயன்படுத்துபவர்களின் ஹிப்போகாம்பஸ் பெரிதாகச் செயல்படவில்லை எனவும், தானாய் வழி கண்டுபிடித்த ஆட்கள் குறைவான வேகத்தில் செயல்பட்டாலும், அவர்களின் ஹிப்போகாம்பஸ் சுறுசுறுப்பாக இயங்கியது எனவும் தெரியவந்தது.

இதில் ஆச்சரியம் என்னவெனில் லண்டன் டாக்ஸி டிரைவர் களுக்கு ஹிப்போகாம்பஸ் சராசரியைவிட அளவில் பெரியதாக இருந்தது. லண்டன் நகரத்தில் கார் வைத்திருந்து, ஓட்டத்0 தெரிந்திருந்தால் மட்டும் டாக்ஸி ஓட்டி விட முடியாது. பத்தாயிரத்துக்கும் அதிகமான அந்த நகரின் தெருக்களை, இண்டு, இடுக்குகளை ஞாபகம் வைத்துக்கொண்டிருக்க வேண்டும். தகுதித் தேர்வெல்லாம் உண்டு. அதனால்

அவர்களின் ஹிப்போகாம்பஸ் அளவில் சற்றே பெரிதாய் இருந்திருக்கிறது. அதே நேரம் வழிகாட்டும் செயலிகளைத் தொடர்ச்சியாய்ப் பயன்படுத்துவோரின் ஹிப்போகாம்பஸ் அளவில் லேசாய்ச் சுருங்கி இருந்தது.

இந்தத் திறனெல்லாம் use it or lose it வகையைச் சேர்ந்தது பயன்படுத்தாவிடில் அந்த இடத்தை லேசாய் வேறு ஒரு மூளையின் பாகத்துக்குக் குத்தகைக்கு விடப்படவேண்டும். காரணம் மொத்த மூளையும் அந்த மண்டை ஓட்டுக்குள்ளே தானே இருந்தாகவேண்டும்.

சரி எவ்வளவோ திறன்களை இழந்தாயிற்று... இதுவும் ஒன்றாக இருக்கட்டுமே என்று இருக்கலாம்தான். நாம் எல்லா வேலைகளையும் திறன்களையும் தொழில்நுட்பத்துக்கு அவுட்சோர்ஸ் செய்து வருகிறோம். கால்குலேட்டர்கள் மிகச் சிறந்த உதாரணம். ஏற்கனவே பார்த்தபடி ஹிப்போகாம்பஸ் ஞாபகத்திறனில் சம்பந்தப்படுவதால் அந்தப் பகுதி டிமெண்ஷியா dementia, அல்ஸைமர் alzheimer போன்ற வியாதிகளில் முதலில் பாதிக்கப்படும் பகுதியாக இருக்கிறது. முதியவர்கள் வழிதவறிச் செல்லுதல், வழிதெரியாமல் சுற்றிச் சுற்றி வருதல் இதெல்லாம் ஹிப்போகாம்பஸ் சிதைவின் வெளிப்பாடு. அதனால் இந்தப் பகுதியைச் சுறுசுறுப்பாக வைத்திருந்தால் பின்னாளில் இந்த மாதிரியான சிதைவு நோய்கள் வரும் வாய்ப்புக் குறைவு. அப்படிச் சுறுசுறுப்பாக வைக்க என்ன செய்யலாம்?

வாரமிருமுறை உங்களுக்கு அருகில் நீங்கள் சென்றிருக்காத ஒரு பகுதிக்கு எந்த வழிகாட்டியும் இல்லாமல் போய் வாருங்கள் (நாய் விரட்டினால் நான் பொறுப்பல்ல).

போய் வந்த இடத்தில் வரைபடத்தைத் தோராயமாக வரைய முடிகிறதா என்று முயற்சியுங்கள். எத்தனை இட, வலத் திருப்பங்கள் போன்றவை.

அலுவலகத்துக்குப் போகையிலோ வருகையிலோ இதுவரை முயன்றிருக்காத ஒரு வழியில் சென்று பாருங்கள்.

ஜிபிஸ் உதவியுடன் செயல்படும் செயலிகளைப் பயன்படுத்த வேண்டிய சூழல் வந்தாலும் அதை மட்டுமே நம்பி இருக்காமல், கொஞ்சம் வழிகாட்டும் பலகைகளையும் பார்த்து ஓட்டுங்கள்.

இது ஒரு ஒட்டுமொத்தமான மூளைக்கான பயிற்சியாகவும் அமையும். ந்யூரான்கள் செயல்பாடு ஒழுங்குபடுத்தப்படும். மூளைச் சிதைவு நோய்களைத் தள்ளிப் போடவும் முடியும். ஏனெனில் ஒரு தொழில்நுட்பத்திடம் எதை இழக்கிறோம் என்ற புரிதலும் அதை எப்படி வேறுவிதத்தில் தக்க வைக்கலாம் என்ற தேடலும் இன்றைய உலகின் அத்தியாவசியத் தேவையாகி விட்டது

•

ஆகஸ்ட் மாத வலம் இதழில் வெளியான கட்டுரை.

கிடைமட்டக் கற்றல்

நான் புதிதாகச் சேர்ந்திருக்கிற நிறுவனத்தில் என்னோடு சேர்ந்தவர்கள் எட்டு பேர். நாங்கள் எட்டுபேருமே ஒரே வேலைக்காகத்தான் எடுக்கப்பட்டிருந்தோம். ஓர் இணையவழிப் பாடத்தை வடிவமைக்கும் Project lifecycle என்கிற படிநிலைகள் சுமார் 20 தேறும். நாங்கள் எட்டு பேரும் மூன்று அனுபவமுள்ள ஆட்களுக்குக்கீழ் சேர்க்கப் பட்டோம். அவர்கள் தருகிற வேலைகளை முடிக்க வேண்டியதுதான் எங்களுக்கு ஆரம்பத்தில் தரப்பட்ட வேலை. அதற்குப் பின்னரே எங்களுக்கே எங்களுக்கென்று ஒரு தனி பாடம் பிரித்துத் தரப்படும்.

எங்களுக்கு மேலிருந்த அனுபவமிக்க மூன்று பேரும் வேறு வேறு பாடங்களில் வேறுவேறு project lifecycle நிலைகளில் இருந்ததால், நாங்கள் எட்டு பேரும் வேறுவேறு நிலைகளில் பழகினோம். மொத்தமாகப் பார்த்தால் இருபது நிலைகளில் ஒவ்வொன்றுக்கும் எங்கள் எட்டு பேரில் இரண்டு பேராவது பழகியிருந்தார்கள். நாங்கள் யாராவது புதிதாக ஒரு நிலைக்கு அறிமுகமாகையில் உடனிருப்பவர் களிடம் இருந்து அந்த நிலையின் சவால்களைக் கேட்டறியவும் அதற்கான தீர்வுகளைக் கண்டறியவும் முடிந்தது

எங்களைப் பயிற்றுவிப்பவர்கள், எங்களின் மேலாளர்கள் ஆகியோரிடம் இருந்து எங்களால் நிச்சயமாக இவ்வளவு விஷயங்களைக் கற்றிருக்க முடியாது. மேலும் நாங்கள் எட்டு பேருக்கு பதில் இருவர் மட்டும் இருந்திருந்தாலும் இவ்வளவு கற்றல் சாத்தியமில்லை.

காரணம் கற்றலானது மேலிருந்து கீழ் பயணிக்கையில் ஒரு ஈகோ இருக்கிறது. ஆசிரியர்களெல்லாம் அப்படி இல்லை என்று மல்லுக்கு வராதீர்கள். விதிவிலக்குகளை உதாரணங் களாகக் காண்பித்து நியாயப்படுத்தமுடியாதே. அப்படி ஈகோ உடைய நிறைய ஆசிரியர்களை எனக்குத் தெரியும். மேலும் அலுவலகச் சூழ்நிலையில் மேலாளர்களின், பயிற்றுநர்களின் நேரமும் முக்கியம். இப்படிப்பட்ட கிடைமட்டக் கற்றல் ஒரு அலுவலகச் சூழலில் நேரம், உழைப்பு என்று இரட்டைச் சேமிப்பைச் சாத்தியமாக்கும். பெரும்பான்மையான கற்றல்கள் நாங்கள் ஒன்றாக அமர்ந்து தேநீர் அருந்துகையில், மதியம் உணவருந்துகையில் நடைபெற்றது. மேலும் பரஸ்பரம் உதவிக் கொள்ளுதலை யும், மேலிடத்தில் கேட்கத் தயங்குகிற சில சந்தேகங்களை, நம்முடன் வேலைக்குச் சேர்ந்து நம்மோடே பணியாற்றும் நபரிடம் தயக்கமின்றிக் கேட்டுக்கொள்ள முடியும்.

இதை அலுவலகங்கள் மட்டுமல்ல; இயற்கையும் செய்கிறது என்றால் என்ன சொல்வீர்கள்.

பரிணாம வளர்ச்சி என்பது ஒரு கற்றல்தான். மாறுகிற சூழ்நிலை, இருப்பிடம், உணவுமுறை, உயிர்பிழைப்பு என்று ஒவ்வொன்றுக்கும் ஏற்றவாறு உடற்செயற்பாட்டை, உடலின் அமைப்பை, சில விசேஷமான உறுப்புகளை, உணர்வுகளைப் பெற்று வேறு தனி ஜீவராசியாக நிற்கிறது தான் அதன் செயல்முறை. ஆனால், இந்த மாற்றம் மரபணுக்கள் தன்னிச்சையாக மாற்றம் பெற்று, சந்ததியில் வழிவழியாக வருவதற்கு ஏகப்பட்ட காலம் பிடிக்கும். சில சமயம் ஆயிரக்கணக்கான வருடங்கள் கூட ஆகலாம். ஆனால் சில மரபணுக்களை சக ஜீவராசிகளிடம் இருந்து பெற்றுக்கொள்ள ஒரு வழி இருக்கிறது.

உடனே வல்லூறுகளின் இறகுகளில் இருக்கும் ஜீன்களை நம் உடம்புக்குள் செலுத்திக்கொண்டு பறந்து, நாளையில் இருந்து பெட்ரோல் செலவையெல்லாம் குறைத்துவிட முடியாது. நம்மைப்போலப் பலசெல் உயிரிகளில் இது சிக்கலான விஷயம். காரணம் நம் ஒவ்வொரு உறுப்புகளின் செல்களும் தனித்தன்மை கொண்டவை. மூளை, சிறுநீரகம், கணையம் என்று ஒவ்வொன்றின் அமைப்பும் செயல்பாடும் வேறுவேறு.

ஆனால், பேச்சுலர் ரூம்கள் மாதிரி சகலமும் ஒரே இடத்தில் நடக்கிற ஒற்றைச்செல் உயிரிகளில் இது மிக எளிதாக நடந்துவிடும்.

இது பாக்டீரியாக்களில்தான் நடந்திருக்கிறது. அவைதான் இங்கு முதன்முதலில் மரபணுக்களை மாற்றிக்கொண்டு கற்றுக்கொண்டவை. இந்தக் கற்றல் ஒரு சுமப்பான் carrier மூலமாகவோ அல்லது நேரடி மரபுப்பொருள் பகிர்வு மூலமாகவோ நடைபெறலாம். எங்கோ எப்படியோ பச்சைத் தண்ணீர் செல்லில் படாமல் (எவ்வளவு நாளைக்குத்தான் பச்சைத் தண்ணீர் பல்லில் படாமல்) உயிர்வாழக் கற்றுக்கொண்ட ஒரு பாக்டீரியா, அதைப் பிற பாக்டீரியாக்களுக்கு மூன்றுவிதமாகக் கடத்தலாம்.

முத்து திரைப்படத்தில் 'இரவு எட்டு மணிக்குத் தோட்டத்துக்கு வரவும். தீபாவளி பரிசு காத்திருக்கிறது' என்று எழுதிய சீட்டு எல்லோர் மேலும் விழுந்து, மொத்த வீடும் தோட்டத்தில் திரியுமல்லவா; அதுபோல, அந்த நீரின்றி வாழத் தேவையான மரபணுவை மட்டும் பிரதியெடுத்து, வெளியே தூக்கிப்போட அதை இன்னொரு பாக்டீரியா பிடித்து உள்ளிழுத்து அதைத் தன்னோடு இணைத்துக்கொள்ளும். இதன் பெயர் ட்ரான்ஸ்ஃபர்மேஷன் (transformation).

அல்லது 'முப்பது நாள் நீரின்றி வாழும் வித்தை! பயிற்று விப்பவர் சகாராவுக்குச் சென்று வந்த சித்த பாக்டீரியா' என்பதுபோல் அந்த மரபணு இல்லாத பாக்டீரியாவுக்கு, மரபணு உள்ள பாக்டீரியா, செல்களுக்கு நடுவே ஒரு இணைப்புப் பாலம் ஏற்படுத்தி அதன்மூலம் கடத்தலாம். அதன்பெயர் காஞ்சுகேஷன் (conjugation).

மூன்றாவது வகை, அந்த மரபணுவை ஒரு சுமப்பான் (carrier) இன்னொரு சாதாரண மரபணுவுக்குத் தந்து அதையும் நீரின்றி வாழத் தயார்ப்படுத்துவது. இதில் ஒரு சுமப்பான் (கடத்தி) வருகிறதல்லவா; அந்தச் சுமப்பான் தான் இந்தக் கதையின் திருப்புமுனையே. அந்த சுமப்பான் களாகச் செயல்பட்டது ஒரு வைரஸ். சுமப்பான் மூலம் கடத்துவதற்குப் பெயர் ட்ரான்ஸ்டக் ஷன் (transduction).

வைரஸ் என்றவுடனேயே நமக்கெல்லாம், உலகின் ஆபத்துகள் எல்லாமே அமெரிக்காவில் மட்டுமே

நடப்பதாகக் காட்டும் ஹாலிவுட் படங்களில் ஒரு ஒளிரும் பச்சை நிற வஸ்துவில் இருக்கும் ஜந்து, அதனால் பாதிக்கப்பட்டவர்கள் வாய் மூக்கு கண் வழியாய் ரத்தம் வழியக் கோரமாய் இறந்து கிடக்கிற காட்சிதான் நினைவுக்கு வரும். அது ஓரளவு உண்மைதான். சாதாரண சளி ஜுரம் முதல், ஆட்கொல்லியாய் இருந்து ஒழிக்கப்பட்ட பெரியம்மை (சின்னம்மை இப்போதைக்கு ஒழியாது போலிருக்கிறது. இது அரசியல் அல்ல) போன்ற ஆட்கொல்லி நோய்கள், திடீர் திடீரென்று வரும் பன்றிக்காய்ச்சல், பறவைக்காய்ச்சல், எபோலா, சிறுகச்சிறுகக் கொல்லும் எய்ட்ஸ் வரை, ஆண்டுதோறும் வைரஸ் தாக்கும் நோய்களால் இறப்பவர்கள் எக்கச்சக்கம். ஆனால் அவை மட்டும் வைரஸ்கள் அல்ல. விலங்கினங்கள் மட்டுமின்றி, தாவரங்களைத் தாக்குகிற வகை உண்டு.

பூவன் வாழைத்தார் மாதிரி இருக்கிற டொபோக்கோ மொஸைக் வைரஸ் (Tobacco Mosaic Virus) என்று தாவரங்களை மட்டும் சவட்டிக் களைகிற வைரஸ்கள் உண்டு. அதில் பார்த்தோமானால் பாக்டீரியாக்களை மட்டும் தாக்கும் வைரஸ்கள் உண்டு. அவற்றுக்கு பாக்டீரியோஃபேஜ் (bacteriophage) என்று பெயர். Phage என்னும் லத்தீனச் சொல்லுக்கு உண்ணுதல் என்று பொருள். அதாவது பாக்டீரியாவைத் தின்னும் வைரஸ். பார்க்க ஏதோ எதிர்கால ரோபோட் மாதிரி குச்சிக் கால்கள் உருளையான உடல்பாகம் என்று இருக்கும். பார்க்க அழகாக இருக்கிறதே என்று நினைத்தால் செயல்கள் இன்னும் ஆச்சரியம்.

பாக்டீரியாவின் மேல்போய் அமர்ந்து அதன் மேல் ஓட்டினைத் துளைத்து, தன் மரபணுவை உள்ளே அனுப்பும்; உள்ளே போய் பாக்டீரியாவின் இயக்கங்களை நிறுத்திவிடும். பின்னர் அந்த பாக்டீரியாவின் செல் இயக்கத்தை முழுக்க முழுக்க அந்த வைரஸ் தன் கட்டுப்பாட்டுக்குக் கொண்டு வந்துவிடும். பாக்டீரியாவின் மரபுப் பொருளான டி.என்.ஏ வை பிரதியெடுக்கும், புரதங்களைத் தயாரிக்கும் எல்லாவற்றையும் வைரஸ் தன்னுடைய மரபுப் பொருளைப் பிரதியெடுக்கவும், அதன் வெளிப்புறப் புரத அடுக்குகளைத் தயாரிக்கவும் பயன்படுத்தும்.

இங்கு இரண்டு சாத்தியக்கூறுகள் இருக்கின்றன. முதல் வகையில், அந்த வைரஸ் மளமளவென பல்கிப் பெருகி அவையெல்லாம் ஒன்றாய்ச் சேர்ந்து பாக்டீரியாவை

உள்ளிருந்து கிழித்துக்கொண்டு வெளிவரும். பெரிய அளவில் பார்த்தால் ரொம்பக் கொடூரமாக இருக்கும்போல. ஆனால் எலெக்ட்ரான் நுண்ணோக்கி மூலம் பார்க்க இந்தச் செயல்பாடு அழகாய் பஞ்சு வெடித்துப் பறப்பதுபோல இருக்கும். இப்படி நடப்பதை லைட்டிக் சுழற்சி lytic cycle என்கிறார்கள். இது கூலிப்படை மாதிரி. உள்ளே புகு, அடி, சிதை, மீண்டும் உள்ளே புகு அடி இப்படித் தாக்கிக் கொண்டே போய்க்கொண்டிருக்கும்.

இரண்டாவது வகைதான் ஸ்லீப்பர் செல்கள். உள்ளே புகுந்த வைரஸின் மரபுப் பொருள் பாந்தமாக பாக்டீரியாவின் மரபுப் பொருளோடு ஒட்டிக் கொண்டுவிடும். பின்னர் ஒரு ஸ்லீப்பர் செல்போல் அந்த வைரஸ் அந்த பாக்டீரியாவுக்குள்ளேயே வளர ஆரம்பிக்கும். ஆனால் பாக்டீரியாவும் இறந்து போகாது.

நினைவில் வையுங்கள். பாக்டீரியாவே நுண்ணோக்கிகளில் ஒரு மாதிரி குன்ஸாகத்தான் தெரியும். ஆனால் அதற்குள்ளே நூற்றுக்கணக்கில் உயிர்கள் என்று நினைக்கையில் இயற்கை என்னும் அதிசயத்தை நாம் வியந்தே ஆக வேண்டும். இப்படி உள்ளேயே வளர்கையில் உள்ளே அணிவகுக்கும் புது வைரஸ்களுக்குள் கொஞ்சம் பாக்டீரியாவின் மரபுப் பொருளும் இருக்கும். திடீரென்று ஒரு நாள் சூழல் கூடி வருகையில் பழையபடி இங்கும் லைய்டிக் சுழற்சி ஆரம்பித்துவிடும். இம்மாதிரி பாக்டீரியாவுக்குள் காத்திருந்து, அதன் மரபுப் பொருளோடு வைரஸ் உருவாவதற்கு லைஸோஜெனிக் சுழற்சி என்று பெயர். இப்போது அந்த பாக்டீரியாவைக் கிழித்து வெளிவந்திருக்கும் வைரஸுக்குள் கொஞ்சம் பாக்டீரியாவின் மரபுப் பொருளும் இருக்குமல்லவா... அது நேரே இன்னொரு பாக்டீரியாவைப் போய்த் தாக்கும்.

இங்குதான் கதையின் உச்சகட்டக் காட்சி, சில தற்செயல் களில் அந்த வைரஸ் பாக்டீரியாவிடம் இருந்து ஒரு குறிப்பிட்ட மரபணுவை (நம் கதைப்படி தண்ணியில்லாக் காட்டில் பிழைத்திருத்தல்) மட்டும் மொத்தமாய் அள்ளிக் கொள்ளவும் சாத்தியம் உண்டு. இப்படி ஒரு குறிப்பிட்ட மரபணுவோடு போகும் வைரஸ் இன்னொரு சாதாரண பாக்டீரியாவைத் தாக்கும். இங்கு அந்த பாக்டீரியாவுக்குள் செலுத்தப்படும் வைரஸின் மரபணு சில சிக்கலாக

உயிரியல் நடைமுறைகள் வாயிலாக பாக்டீரியாவின் மரபுப் பொருளோடு போய் இணைந்துவிடலாம். இப்போது அந்த மரபணு அந்த பாக்டீரியாவுக்கும், அதன் சந்ததிகள் எல்லாவற்றுக்கும் கிடைத்துவிடும். இப்படித்தான் இந்தக் கிடைமட்ட மரபணுப் பரிமாற்றம் வேலை செய்கிறது. சிக்கலான பகுதியைத் தாண்டிவிட்டோம். இனி இதன் விளைவுகளைப் பற்றிப் பார்ப்போம்.

இப்படி ஒரு வெவ்வேறு வகை பாக்டீரியாக்களுக்குள் பகிரப்பட்ட மரபணுக்கள், பரிணாம வளர்ச்சியில் ஒரு முக்கியப் பங்காற்றின என்பதை உயிரியல் ஆராய்ச்சியாளர் கள் எவ்வித சந்தேகமுமின்றி ஏற்றுக்கொள்கிறார்கள். இதன்மூலம் நமக்கு நன்மையும் நிகழ்ந்திருக்கிறது. சோதனைகளும் வந்திருக்கின்றன.

சோதனைகளை முதலில் பார்த்துவிடுவோம். மனிதனைத் தாக்க முடியாத ஒரு பாக்டீரியாவுக்கு, மனித உடலில் நோயை உண்டாக்கக் கூடிய மரபணு இப்படிப்பட்ட லைஸோஜெனிக் சுழற்சியால் கிடைக்கலாம். டிப்தீரியா நோயை உண்டாக்கும் ஒரு குறிப்பிட்ட வகை பாக்டீரியா மனிதனைத் தாக்கும் திறனில்லாத பாக்டீரிய வகைக்குக் கொடுத்துவிட்டது. இன்னொரு சாத்தியக் கூறு ஒரு குறிப்பிட்ட மருந்துக்கு எதிர்ப்புத் திறன் பெற்றுவிட்ட பாக்டீரியா பிற பாக்டீரியாக்களுக்கு அந்த நோயெதிர்ப்பு மரபணுவைக் கடத்திவிடலாம். இது இப்போது ஆங்கில மருத்துவத்துக்குப் பெரிய சிக்கலாக வந்து நிற்கிறது.

பாக்டீரியாக்கள் சம்பந்தப்படாத வைரஸ்களால் உண்டாகிற சளி ஜுரம் போன்றவற்றுக்கெல்லாம் ஆன்டிப யாட்டிக்குகள் கொடுத்துக் கொடுத்து, பாக்டீரியாக்களை ஆன்டிபயாட்டிக்குகளால் ஒன்றும் செய்ய முடியாதபடிக்கு வலுவாக்கியிருக்கிறோம். இந்த ஆன்டிபயாட்டிக்கு களுக்கு எதிர்ப்புத்திறன் பெற்றுவிட்ட பாக்டீரியாக்களுக்கு முன்னர் நாம் நிராயுதபாணிதான். அதிலும் வான்கோமைசின், மெத்திசில்லின் என்று இரு ஆன்டிபயாட்டிக்குகளை, எல்லாவற்றுக்கும் கேக்கும் என்று ப்ரிஸ்க்ரிப்ஷனில் எழுதித் தள்ளியிருக்கிறோம்.

ஸ்டாஃப் staph என்று செல்லமாக அழைக்கப்படும் ஸ்டாஃபிலோகாக்கஸ் ஆரியஸ் Staphylococcus aureus என்னும் பாக்டீரியா இந்த இரு ஆன்டிபயாட்டிக்குகளுக்கு

ஏற்கனவே எதிர்ப்புத்திறன் பெற்றாகிவிட்டது. மிர்ஸா, விர்ஸா MRSA (Methicillin resistant Staphylococcus aureus), VRSA (Vancomycin Resistant Staphylococcus aureus) என்று இரு வகைகள் உருவாகி உலவிக்கொண்டிருக்கின்றன. 'அய்யய்யோ! பாதுகாப்புக்கு ஆஸ்பத்திரிக்குப் போய் வைத்தியம் பாக்கலாம்' என்றால், பொறுங்கள்!! அவை அதிகம் புழங்குவதே அங்குதான்.

ஆனால், இந்தக் கிடைமட்ட மரபணுக் கடத்தல் மூலம் கிடைத்த நன்மைகளும் அளப்பரியவை. முக்கியமாக நீரிழிவு நோயாளிகள், தினப்படி இன்ஸுலின் கிடைப்பதற்காக ஈ. கோலி E.coli என்னும் ஒரு பாக்டீரியாவுக்கு நன்றி சொல்லியாக வேண்டும். இன்ஸுலின் ஒரு புரதம். அதைச் சுரக்கும் மரபணுவைப் பிரித்து, அதை பாக்டீரியோஃபேஜுக்குள் செலுத்தி, அதனை ஈ.கோலி பாக்டீரியாவை எடுத்துக்கொள்ள வைத்துப் பின்னர் அந்த பாக்டீரியா சுரப்பதைச் சுத்திகரித்துத் தயாரிக்கிறார்கள். மரபணு மாற்றம் என்பது இதுதான் .

பசில்லஸ் துரங்கனிஸிஸ் Bacillus thurenginesis என்னும் பாக்டீரியாவுக் சில தாவர உண்ணிப் பூச்சிகளை விரட்டும் திறன் இருக்கிறது. அதற்குக் காரணமான மரபணுவை, வைரஸ் மூலம் நேரடியாகத் தாவரங்களுக்குத் தருவது மரபணு மாற்றம் செய்யப்பட்ட தாவரங்களை உருவாக்கும். பி.டி BT என்பது அந்த பாக்டீரியாவின் பெயர்ச் சுருக்கம்தான்.

இதைத்தவிர அதிகம் பேசப்படாத ஒரு உபயோகம் இருக்கிறது. ஆன்டிபயாட்டிக்களுக்கெதிராக பாக்டீரியாக்கள் அணிவகுத்தாயிற்று என்று பார்த்தோம் அல்லவா... அதற்கு அந்த பாக்டீரியோஃபேஜ்களே மாற்று. ஆன்டிபயாட்டிக் என்னும் வேதி மூலக்கூறுகளைப் புரிந்து கொண்டு பாக்டீரியாக்கள் எதிர்ப்புத் திறனை உருவாக்கிக் கொள்ளலாம். ஆனால், ஒரு பாக்டீரியோஃபேஜ் வைரஸ் என்பது ஒரு உயிர். பாக்டீரியா, அந்த வைரஸ் தாக்குதலுக்கு ஏதேனும் எதிர்ப்புத் திறன் வளர்த்துக் கொண்டால், இந்த வைரஸ் உடனே தன்னை மாற்றிக்கொள்ளும். எப்படியாவது பாக்டீரியாவைத் தாக்க வழி கண்டுபிடிக்கும்.

அப்படி ஒவ்வொரு பாக்டீரியாவுக்கும் ஒரு பாக்டீரியோஃபேஜ் வைரஸைக் கண்டுகொண்டால், கிருமித் தொற்றுகளை மனித உடலுக்கு எந்த அச்சுறுத்தலும் இன்றி நீக்க முடியும்.

இதனை ஃபேஜ் சிகிச்சை (phage therapy) என்கிறார்கள். இது ஒன்றும் புதிதில்லை. இரண்டாம் உலகப் போர்க் காலத்தில் ரஷ்யா தன் இரும்புத் திரைக்கு அடியில் இந்தச் சிகிச்சை முறையில் எக்கச்சக்க ஆய்வுகள் செய்து கொண்டிருந்தது. அலெக்ஸாண்டர் ஃப்ளெம்மிங், ஆன்டிப யாட்டிக்குகளைக் கண்டுபிடித்தவுடன், ஃபேஜ் சிகிச்சை அம்போ என்று விடப்பட்டது. இப்போது தூசு தட்டிக் கொண்டிருக்கிறார்கள்.

இன்னொரு பத்து வருடத்தில், மெடிக்கல் படியேறி, 'அண்ணா தொண்டை கரகரங்குது. தண்ணி மாறுனதுல பிரச்னை. ஒரு நல்ல ஃபேஜ் டானிக் குடுங்களேன்' என்று கேட்டு வாங்கும் நாள் வந்துவிடும். காத்திருங்கள்.

•

வலம் செப்டம்பர் 2017 இதழில் வெளியான கட்டுரை.

மின்சாரமும் ஜடத்துவமும்

மாலை ஆறு மணிக்கு அலுவலகம் விட்டுக் கிளம்பி, போக்குவரத்து நெரிசலில் ஆய்ந்து ஓய்ந்து, சாலையில் நாலுபேரிடம் திட்டு வாங்கி, நாலுபேரின் சந்ததியைத் தோண்டி எடுத்துத் திட்டி, நசநசப்பில் வீட்டுக்கு வந்து ஏஸியைத் தட்டி விடுகிறீர்கள். முகம் கழுவப் போனால் குழாயில் தண்ணீர் சன்னமாக வருகிறது. சமாளித்து வெளியேவந்து மோட்டாரைப் போட்டுவிட்டு, ஃப்ரிட்ஜைத் திறந்து தண்ணீர் எடுத்துக் குடித்துவிட்டுத் தொலைக்காட்சியை உயிர்ப்பித்து அமர்கிறீர்கள். நீங்கள் ஒருவர் மட்டும் செயல்படாமல் இருந்த ஐந்தாறு மின் உபகரணங்களை ஓட வைத்திருக்கிறீர்கள்.

நீங்கள் இருக்கின்ற அடுக்குமாடி வளாகத்தில் உங்களைப் போலவே ஏஸி, மோட்டார், ஃப்ரிட்ஜ், தொலைக்காட்சி என எல்லாவற்றையும் தொடக்கியிருப்பார்கள்தானே. உங்கள் குடியிருப்பைப் போலவே எத்தனை குடியிருப்புகள் எவ்வளவு மக்கள் அரை மணி நேர இடைவெளியில் மின்சாரப் பயன்பாடு சட்டென உச்சத்தைத் தொடும். இதைப்போலவே காலையில் கிளம்புகையிலும் எல்லா உபகரணங்களும் ஓடும். மதியம் ஒரு நான்கு மணி நேரம் குடியிருப்புகளின் மின்சாரத் தேவை கொஞ்சம் குறையும். இதையெல்லாம் யார் சரிசெய்கிறார்கள் யார் நிர்வகிக்கிறார்கள்?

மின்பகிர்மான அமைப்பு (electricity supply grid) என்ற ஒரு அமைப்பு தொடர்ச்சியாக மின் உற்பத்தி, மின்தேவை இரண்டுக்குமான வேறுபாட்டைத் தொடர்ந்து கவனித்து

உற்பத்தியைக் கூட்டவோ குறைக்கவோ செய்யும். மின் உற்பத்திக்கு நாம் ஆற்றல் மூலங்களை நம்பியிருக்கிறோம்.

பள்ளிப்பாடங்களைக் கொஞ்சம் நினைவு கூர்ந்தால், எட்டாங்கிளாஸ் பாடத்தின்படி ஆற்றல் இரண்டு வகைப்படும். மரபு சார் ஆற்றல் (conventional), மரபு சாரா ஆற்றல் (non-conventional). இன்றைய தேதிக்குப் பெரும் பான்மை மின் உற்பத்தி நமக்கு மரபு சார் ஆற்றல் மூலமாகக் கிடைக்கிறது. அனல், புனல், அணு இதைத்தவிர இயற்கை எரிவாயு மூலம் இயங்கும் மின் உற்பத்தி நிலையங்கள் நமது பெரும்பான்மை ஆற்றல் தேவையைப் பூர்த்தி செய்கின்றன. காற்றாலைகள், சூரிய சக்தி மூலம் மின்சாரம், புவிவெப்ப ஆற்றல் (geothermal) ஆகியவை மரபு சாரா ஆற்றல் மூலங்கள்.

இந்த மரபு சார் ஆற்றல் மூலம் மின்சாரம் தயாரிப்பதன் அடிப்படை ஒன்றுதான். அது ராட்சத டர்பைன்களை இயக்குதல். அணுக்கருச் சிதைவின் மூலம் கிடைக்கும் வெப்பம், நிலக்கரி, எரிவாயு ஆகியவற்றை எரித்துக் கிடைக்கும் வெப்பம் இவற்றைக்கொண்டு நீரை நீராவியாக்கி அதனைக் கொண்டு ராட்சத டர்பைன்களை இயக்குவார்கள். புனல் மின்சாரத்தின் நீராவிக்குப் பதிலாக நீரே டர்பைன்களைச் சுழற்றும். அந்த டர்பைன்கள் மிகப் பிரம்மாண்டமாக இருக்கும். அவற்றைச் சுழற்ற ஆரம்பிப்பது மிகக் கடினம் என்றாலும், அந்த ராட்சத அளவுகளில் நமக்கு ஒரு நன்மை இருக்கிறது. அதுதான் ஜடத்துவம் அல்லது நிலைமம். ஆங்கிலத்தில் inertia.

மூன்றாம் விதி அளவுக்கு நம்மிடையே அதிகம் பிரபலமாகாத ஐன்ஸ்டைனின் முதல் விதி. இயக்கத்தில் இருக்கும் ஒரு பொருள் இன்னொரு விசை வந்து நிறுத்தும் வரை இயங்கிக்கொண்டே இருக்கும். அதனால் இந்த மின் நிலையங்கள் ஏதேனும் பெரிய சிக்கலால் முடங்கினாலோ, உயர் அழுத்த மின் கம்பிகள் அறுந்துபோய் மின்சாரம் தடைப்பட்டாலோ டர்பைன்கள் நின்று விடாது. அதன் பெரும் நிறையால், மாதக்கணக்கில் வருடக்கணக்கில் சுழன்றுகொண்டிருந்த காரணத்தால், சுற்றிக்கொண்டிருந்த வேகத்தில் சற்று நேரம் சுற்றிவிட்டுத்தான் அடங்கும். இதற்கு மின் பகிர்மான அமைப்பின் ஜடத்துவம் system inertia என்று பெயர். இப்படி ஒன்று இருப்பதால்தான் அந்த

நேரத்தைப் பயன்படுத்தி மற்றொரு மின் நிலையத்தை முடுக்கிவிட்டுத் தேவையை ஈடுகட்டுவார்கள்.

இது மின்நிலையம் செயலிழந்தால் மட்டுமல்ல, நாம் தொடக்கத்தில் பார்த்த காலை மாலை அதிகத் தேவைகளை ஈடுகட்ட, கூடுதல் மின்நிலையங்களில் இருந்து மின்சாரத்தை வாங்கி அளிக்க வேண்டிவரும். இந்த சிஸ்டம் இனர்ஷியா தான் நமக்குச் சமாளிக்கும் நேரத்தைத் தருகிறது. இதனை மின் பகிர்மான வட்ட எதிர்வினை நேரம் grid response time என்கிறார்கள் (இங்கு நினைவில் கொள்ள வேண்டிய ஒரு விஷயம் இருக்கிறது. திடீர்த் தேவைகளைச் சமாளிக்க வெகு சில மின்நிலையங்களைத் தவிர மீதி அனைத்தையும் அதன் முழுத் திறனோடு இயங்கச் செய்யமாட்டார்கள். இதுபற்றிப் பின்னால் விரிவாகப் பார்ப்போம்.)

மேலும் நமக்கு வரும் மின்சாரத்துக்கு, மின்னழுத்தம் (voltage), மின்னோட்டம் (current) என்ற இரண்டையும் தவிர அதிர்வெண் என்று ஒரு அளவும் இருக்கிறது. ஒரு நொடிக்கு எத்தனை அலைச்சுழல்கள் என்பதுதான் அந்த அதிர்வெண். பெரும்பான்மை நாடுகளில் இது 60 ஹெர்ட்ஸ். வினாடிக்கு அறுபது அலைச்சுழல்கள். அமெரிக்கா வழக்கம் போல விதிவிலக்கு, 50 ஹெர்ட்ஸ்.

இந்த அதிர்வெண் சரியில்லையெனில் நமது பெரும்பான்மை மின் உபகரணங்கள் சரிவர இயங்காது. முக்கியமாக விளக்குகள். சரியான அதிர்வெண் இல்லாமல் போனால் மினுக்கி மினுக்கி எரியும். இந்த அதிர்வெண் ஒழுங்குக்கும் அந்த மின்பகிர்மான வட்டம் முழுதும் இருக்கும் மின்நிலையங்களின் ஜடத்துவம் முக்கியம். இத்தனை நாள் இதெல்லாம் பெரிய ராட்சத டர்பைன்களால் ஒழுங்காக ஓடிக்கொண்டிருந்தது. நாம் மரபு சாரா ஆற்றலைப் பயன்படுத்த ஆரம்பித்தது முதல் இதில் சில சிக்கல்கள்.

சூரிய ஒளியிலிருந்து மின்சாரம் தயாரிக்கும் முறையில் நகரும் பாகங்களே கிடையாது. அதனால் அதில் ஜடத்துவம் கிடையவே கிடையாது. காற்றாலை மின்சார உற்பத்தி முறையில், காற்றாலைகளுக்கு ராட்சத இறக்கைகள் இருந்தாலும் ஒரு டர்பைன் தரும் ஜடத்துவத்தை அவற்றால் தந்துவிட முடியாது. மேலும் ஒவ்வொரு காற்றாலையும் ஒவ்வொரு வேகத்தில் சுழலக் கூடும். சூரிய ஒளி,

காற்றாலை மின் உற்பத்தி இரண்டும் நிச்சயமில்லா அடிப்படைதான். மேகம் மூடினாலோ அல்லது காற்று நின்றாலே உற்பத்தி நின்றுவிடும்.

மரபு சாரா ஆற்றலை நாம் மின்பகிர்மான வட்டத்தில் இணைக்கையில் இந்த நிச்சயமின்மையை நிச்சயமாகக் கணக்கில் எடுத்துக்கொள்ள வேண்டிவரும். எவ்வளவுக் கெவ்வளவு மரபு சாரா மின்சாரம் நோக்கி நகர்கிறோமோ அவ்வளவுக்கு அவ்வளவு நாம் நிச்சயமின்மையையும் ஏற்கிறோம் என்பது தெளிவு. தீர்வுகள் மின் உற்பத்தி அல்லது மின் பயன்பாடு என்று இருமுனைகளில் இருந்தும் செய்யலாம். மின் பயன்பாடு என்பது நாமெல்லாம் இப்போது இருக்கிற அதிர்வெண் சார்ந்து இயங்கும் மின் உபகரணங்களைக் கடாசிவிட்டு, அதிர்வெண் சாரா உபகரணங்களாகப் பயன்படுத்தலாம். இது நடைமுறை யில் சாத்தியமற்றது. காரணம் 60 ஹெர்ட்ஸுக்குப் பழகித் தொலைத்துவிட்டோம். மின் உற்பத்தி முனையில் இது கொஞ்சம் எளிது (நம் கண்ணோட்டத்தில் இருந்துதான். மின் நிலையப் பொறியாளரிடம் கேட்டால் மாற்றிச் சொல்ல வாய்ப்பிருக்கிறது).

எதற்கும் இருக்கட்டும் என்று சில மின்நிலையங்களை தேமேயென்று சும்மா ஓடச்செய்யலாம். தேவைப்படுகை யில் மின்சாரம் தயாரித்துப் பயன்படுத்திக்கொள்ளலாம். ஆனால் பாருங்கள், இந்த அனல், அணு, புனல் மின் நிலையங்கள் கொஞ்சம் மந்தம். 'ந்தா வரேன்' என்று மெள்ள மந்தமாக வேகமெடுப்பதற்குள் இங்கு எதிர்வினை நேரம் முடிந்தே போயிருக்கும். இயற்கை எரிவாயு மின் நிலையங்கள் நம் அவசரத்துக்குத் தோதானவை. ஆனால் கற்பனை செய்து பாருங்கள். எந்த இயற்கை அழிவில் இருந்து பாதுகாக்க நாம் சூரிய, காற்றாலை மின்சாரத்தைக் கொண்டு வருகிறோமோ, அந்த சூரிய, காற்றாலை மின் உற்பத்தியில் ஏற்படும் பின்னடைவை அதே அழிவு ஏற்படுத்தும் அமைப்புகள்தாம் ஈடுகட்டுகின்றன. இதற்கு முன்னராவது அவை முழு நேரமும் மின் உற்பத்தியில் ஈடுபட்டிருந்தன. இப்போது எப்போது வேண்டுமானாலும் தேவைப்படும் என்று வெற்றாய் ஓடவைக்கப்பட வேண்டும். மேலும் திடீர் திடீரென இயங்கும் வேகத்தை மாற்றுதல் என்பது பராமரிப்புச் செலவு எனும் தேரை இழுத்துத் தெருவில் விட்டுவிடும். கொஞ்சம் ஒதுங்கி ஒரு சின்னக் கணக்கு பார்ப்போம்.

படத்தில் பார்ப்பது வருட வாரியாக அமெரிக்கா கலிஃபோர்னியாவின், சராசரியாக ஒரு நாளின் மின்தேவை (மெகாவாட் அளவுகளில்). மேலே இருக்கும் படத்தில் காலை 6-9, மாலை 6-9 ஒட்டகத் திமில் போல இருக்கிறதா இந்த வரைபடத்துக்கு ஒட்டக வளைவு (camel curve) என்று பெயரிட்டிருக்கிறார்கள். இடையில் இருக்கும் பள்ளம் மின் பயன்பாடு குறைவதையும் சூரிய மின்சாரம் முழு அளவில் இயங்குவதால் மைய மின் உற்பத்தியில் தேவை குறைவையும் சுட்டுகிறது.

அப்படியே கீழ் படத்துக்குப் போகலாம். அடுத்தடுத்த படங்களில் மரபு சாரா மின்சாரம் குறிப்பாக சூரிய மின்சாரம் அதிகளவில் நிறுவப்பட்டு, நாளின் மத்தியில் மைய மின் உற்பத்தில் இருந்து குறைந்த அளவே தேவைப்படுகிறது. நல்ல விஷயம்தானே என்று நினைக்கலாம். காலை, உச்சபட்சப் பயன்பாட்டில் இருந்து குறுகிய நேரத்தில் கடனுக்கே என்று இயக்கப்படும் நிலைக்குச் செல்லும் மின் நிலையங்கள், மாலை அதிக மின் தேவைக்காக அதே குறுகிய நேரத்தில் முழுத் திறனுடன் செயல்பட வேண்டிய நிலைக்குத் தள்ளப்படுகின்றன. இது மின் நிலையங்களில் தேய்மானத்தை ஏற்படுத்துகிறது. அதுதான் நடுவில் ஒரு பெரிய பள்ளம். இதனை வாத்து வளைவு (duck curve) என்று பெயரிட்டிருக்கிறார்கள்.

இன்னும் அதிகம் மரபு சாரா ஆற்றல் உள்ளே சேர்க்கப் படுகையில் சூரிய ஒளியால் தேவைக்கு மேலே மின்சாரம் உருவாகும். மேலை நாடுகளில் இது சார்ந்து தொடர்ச்சி யாக விவாதிக்கிறார்கள். இங்கும் அந்த நிலை வரத்தான் போகிறது. ஆனால் அப்போதும் நாம் இப்போது இருக்கிற தொழில்நுட்பம் போலச் சில ராட்சத டர்பைன்களை சும்மா ஓடவிடப்போகிறோமா அல்லது மாற்றுகளை நோக்கி நகர்ந்து தயாராக இருக்கப்போகிறோமா?

மாற்றுகள் எல்லாமே தற்போதைக்குப் பிரசவ வார்டில் கடைசி மாத செக்கப்புக்குத்தான் போயிருக்கின்றன. தற்போதைக்குக் காற்றாலைகளில் இந்த ஜடத்துவத்தைக் கொண்டு வரும் முயற்சி தொடங்கி இருக்கிறது. ராட்சத டர்பைன்கள் சுழன்று தருகிற ஜடத்துவத்தை, செயற்கை யாக மின்னணு சாதனங்கள், குறிப்பாக மாறுதிசையாக்கிகள் (inverters) கொண்டு செய்யும் இதற்குச் செயற்கை

ஜடத்துவம் (synthetic inertia) என்று பெயர். அந்த வசதி கொண்ட காற்றாலைகள் சிக்கலான நேரத்தில் அதிர்வெண் சரிவதைத் தாங்கிப் பிடிக்க முயற்சி செய்கின்றன. ஆம் 'முயற்சிசெய்கின்றன'தான். சரிசெய்ய நாம்தான் வேறு இடங்களில் இருந்து மின்சாரம் கொணர்ந்தாக வேண்டும்.

2016ன் இறுதியில் GE போன்ற இந்தத் துறை ஜாம்பவான்கள் இந்தச் செயற்கை ஜடத்துவத்தில் நம்பிக்கை தெரிவிக்கிறார் கள். இதைத் தவிர காற்றாலைகளில் தயாராகும் உபரி மின்சாரத்தைக் கொண்டு மலைக்குகைகளில் அல்லது மலையைக் குடைந்து செய்யப்படும் குகைகளில், ராட்சத கம்ப்ரஸர்கள் மூலம் காற்றை அழுத்தி வைத்துத் தேவைப்படுகையில் அழுத்தப்பட்ட காற்றில் இருக்கும் ஆற்றலை மீட்டு எடுத்துப் பயன்படுத்துவது. நம்மூரில் அது எந்தளவு தோதுப்படும் என்று தெரியவில்லை. குன்றெல்லாம் கோயிலோ, இயேசு அழைக்கிறார் ஜெபவீடுகளோ இருக்கின்றன. அப்படி இல்லையென்றாலும் குவாரிக்காரர் கள் இருக்கிறார்கள். இது கொஞ்சம் கடினமாகத் தெரிந்தால் கொஞ்சம் எளிமையாக ஒரு சமாசாரம் இருக்கிறது. அதே உபரி மின்சாரம் கொண்டு, நீரை ஹைட்ரஜனாகவும் ஆக்ஸிஜனாகவும் பிரித்துத் தனித்தனியே சேமித்துவைத்து, தேவைப்படுகையில் இரண்டையும் மீண்டும் சேரவிட்டு ஆற்றல் பெறுவது. கிட்டத்தட்ட பேட்டரிதான். ஆனால், கிடைப்பது நீர் என்பதால் சூழலுக்குப் 'பெரிய' அளவில் பாதிப்பில்லை.

சூரிய சக்திக்கும் இதையே செய்யலாம். சூரியனின் சூட்டையும் வைத்து ஏதாவது செய்யமுடியுமா என்றும் யோசிக்கிறார்கள். வெப்பத்தைப் பாறையிலே தேக்கும் திட்டம்கூட இருக்கிறது. இரவானால் சேமித்து வைத்த சூட்டைக் கொண்டு மின்சாரம் தயாரிப்பது!

செயல்முறையில் இப்படி முயன்று கொண்டிருக்க, கோட்பாட்டு ரீதியாக இன்னமும் துல்லியமான காற்றின் நகர்வு, மேகங்களின் நகர்வு, பருவகாலங்களின் மாறுதல் பற்றிய ஆய்வுகளும் முக்கியம். அவை, அடுத்த சில மணி நேரங்களில் வானிலை எப்படி இருக்கும் என்பதற்கான கணித மாதிரிகள் மூலம் திட்டமிட உதவுகின்றன. மரபு சாரா உற்பத்தி பெரும்பாலும் மையத்தன்மை அற்றதாக இருப்பதால் (decentralized) ஏதேனும் ஒரு இடத்தில் உபரி

உற்பத்தி இருக்கும். ஏனெனில், ஒட்டுமொத்த தமிழகமும் மழையாலோ மேகத்தாலே மூடிவிடப் போவதில்லை. திருவிளையாடல் சிவாஜி கைகாட்டினாற்போல் காற்று அசைவின்றி நின்றுவிடப் போவதும் இல்லை. அதனால் உபரி உற்பத்தியைக் கொண்டு திட்டமிட இயலும்.

இப்போதுவரை மின் உற்பத்தியும் மின் பயன்பாடும் ஒருவழிப்பாதைதான். காரணம் காற்றாலைகளும் சூரிய ஆற்றலும் இன்னமும் நம்மை முழுதாக ஊடுருவவில்லை. அப்படி ஊடுருவும் காலத்தில் இது இருவழிப்பாதை ஆகும். நாம் மைய மின் பகிர்மான வட்டத்துக்கு மின்சாரம் அனுப்பி வைப்போம். நாம் இதுவரை பார்த்தவை எல்லாமே இந்தக் கட்டுரை எழுதப்படுகிற நாளில் மின் இலாகாவின் தலைவலியாக இருக்கலாம். ஆனால், அது நம் தலைவலி யாகவும் மாறும் நாள் வெகுதொலைவில் இல்லை. முழுக்க முழுக்க மரபு சாரா மின்சாரத்துக்கு நகர வேண்டும் என்று நினைக்கையில் இதையெல்லாம் முட்டுக்கட்டைகளாகப் பார்க்காமல் முறியடிக்கப்பட வேண்டிய சவாலாகப் பார்த்தால் இந்த மாற்றம் நமக்குக் கொஞ்சம் எளிதாக இருக்கும்.

•

அக்டோபர் 2017 வலம் இதழில் வெளியான கட்டுரை.

உளவியல் நங்கூரங்கள்

இன்றைக்கு மிகப் பிரபலமான சில நகைச்சுவை நிகழ்ச்சி நடத்துபவர்களின் காணொளிகளைப் பார்த்துக் கொண்டிருந்தேன். பெரும்பான்மை ஆங்கிலமும் தமிழும் கலந்த பேச்சு, வடக்கத்தி, தெற்கத்தி ஆட்களின் ஜுகல்பந்தி கூட்டத்தில் இரு சாராரையும் மானாவாரிக்குக் கலாய்க்கும் நிகழ்ச்சி அது. வெளியே வந்து முகநூலை மீண்டும் பயன்படுத்துகையில், முகநூலில் எப்போதும் நடக்கிற, காணொளி தானாய் ஓடுதல் நடந்தது. அப்படி நாம் உள்ளே நுழையாமல் தானாக ஓடுகிற காணொளிகளில் சத்தம் கேட்காது. அந்த நிகழ்ச்சி நடத்துபவரின் உடல்மொழி, அசைவுகள் மட்டும் தெரியவும். உள்ளே போய் சத்தத்தை நானே நிறுத்தி மீண்டும் கேட்க ஆரம்பித்தேன்.

உடல் மொழியில் ஒரு குறிப்பிட்ட பாங்கு இருக்கிறது. கைதட்டல்களும் சிரிப்புகளும் எப்போதெல்லாம் தேவைப் படுகிறதோ அப்போதெல்லாம் அந்தக் குறிப்பிட்ட உடல் மொழி மீண்டும் மீண்டும் வந்தது. அங்கங்கு சில நல்ல வலுவான நகைச்சுவைகள். என்வரையில் அவ்வளவே. மக்கள் கூட்டத்திடம் பேசும் எல்லாரிடமும் இந்த உடல் மொழி, குறிப்பிட்ட வார்த்தைகள் மீண்டும் மீண்டும் வருவது என எல்லாமே இருக்கும். அவற்றை நங்கூரங்கள் (anchors) என உளவியல் அழைக்கிறது.

நங்கூரங்கள் ஏதேனும் ஒரு புலன் தூண்டலால் உடல், மனம் அல்லது இரண்டிலும் உடனடியாக மாற்றம் ஏற்படுத்த வல்லவை. ஜார்ஜ் புஷ்ஷின் தேர்தல் பரப்புரைகளில் அவர் எப்படி கொடியேற்றம், நாட்டுப்பண் ஆகியவற்றை

நங்கூரமாகப் பயன்படுத்தினார் என்று ஒரு சுவையான கட்டுரை படித்தேன். அதேபோல் மேடைப் பேச்சாளர்கள் நறுக்கென்று ஒரு விஷயம் சொல்லிவிட்டுக் கைதட்ட நேரம் கொடுப்பார்கள். மீண்டும் ஆரம்பிக்கையில் அந்தக் கடைசி வாக்கியத்தைத் திரும்பச் சொல்லித் தொடங்கு வார்கள். நம்மை அறியாமல் 'ஓஹோ! இந்தாளு நிறுத்தினா நாம கைதட்டணும் போலருக்கு' என்னும் கட்டளையை நம் மூளைக்குக் கொடுத்துவிடுவார்கள். நங்கூரம் உருவாகி விடும். பின் நடுவில் இன்னொரு அருமையான கருத்து சொல்லி அந்த நங்கூரத்தை வலுப்படுத்துவார்கள். வரலாற்றில் சிலாகிக்கப்பட்ட எல்லா மேடைப் பேச்சுகளும் இந்த வகை தான். பேச்சு தயாரித்துக் கொடுப்பவருக்கு உளவியல் தெரியவில்லையெனில் பேச்சு சிறக்காது.

யாரேனும் கூட்டத்தில் நம்பேரை சொல்லி அழைத்தால் சட்டென்று தலை திருப்பிப் பார்க்கிறோம் அல்லவா. அவர் கூப்பிட்டது இன்னொரு ஆளை என்றாலும் அந்தச் செவி வழித் தூண்டுதல் உடல் சார்ந்த ஒரு விளைவை ஏற்படுத்துகிறது அல்லவா.

ஒரு குறிப்பிட்ட பாடலை உங்கள் கைபேசியில் அழைப் பொலியாக வைத்தபின் எங்கு அந்தப் பாடலைக் கேட்டாலும் கைகள் தன்னிச்சையாகப் பையைத் துழாவும். இதெல்லாம் உளவியல் நங்கூரங்கள் தான்.

நங்கூரங்கள் ஏற்கனவே இருந்த ஒரு மனநிலையை, சில சமயம் உடல் நிலையை மீட்டுக் கொணர வல்லவை. கூட்டத்துக்கு முன் பேச அச்சமா நீங்கள் அதீத தன்னம்பிக்கையுடன் இருந்த ஒரு நிகழ்வை மறுபடியும் வாழ்ந்து பார்த்து அதை ஒரு ஒலி அல்லது தொடுதலோடு தொடர்புபடுத்திக் கொள்ளலாம். கூட்டத்தில் பேசப் பயமாக இருக்கையில், அந்த ஒலி அல்லது தொடுகையைக் கொண்டு வந்து தன்னம்பிக்கையோடு பேசலாம். ஒரு தடவை காவிரியில் குதிக்கத் தெரியாமல் குதித்து, 'கல்லை மட்டும் கண்டால்...' பாட்டில் வருவதுபோல் ஜொய்ங்கென்று உள்ளே போயிருக்க வேண்டியவன். அன்றிலிருந்து நீருக்குள் குதித்தல் என்றால் பயம். நீச்சலெல்லாம் வரும்; ஆனாலும் பயமும் வரும். இதற்காக நான் ஒரு நங்கூரத்தை உருவாக்கிக்கொண்டு, குதிக்க வேண்டிய நிலை வருகையில் பயன்படுத்துகிறேன். அருமையாக வேலை

செய்கிறது. அதே போல ஒரு ஆனந்தமான தருணத்தைச் சேமித்து வைத்துக்கொண்டு வேண்டும்பொழுதெல்லாம் அதை வாழ்ந்து பார்க்க முடியும்.

இதற்கு இன்னொரு முகமும் இருக்கிறது. போபியா என்னும் தீவிர பய உணர்வு இதில்தான் வருகிறது. சிலந்தியைக் கண்டால் பயம் என்று வைத்துக்கொள்வோம். முதல்முறை சிலந்தியைப் பார்க்கையில் உடல் ஒரு படபடப்புக்குப் போகும் அல்லவா அதே படபடப்பு ஒவ்வொரு முறையும் வரும். நீங்கள் பயப்படுகிற பொருள்தான் அந்த நங்கூரம்.

தேர்ந்த உளவியலாளர்கள் ஒரே அமர்வில் இந்த அதீத பய உணர்வைக் குணப்படுத்திவிடுவார்கள். அதிகபட்சம் இருபது நிமிட வேலை அது. அதேபோல் தேவையான நங்கூரங்களையும் அவர்களால் அமைத்துத் தர முடியும்.

நங்கூரங்களின் செயல்பாடு தன்னிச்சை வினைப் பழக்கம் மற்றும் எதிர்வினைப் பழக்கம் (classical and operant conditioning) இரண்டையும் சார்ந்தது. சில நங்கூரங்கள் அனிச்சைச் செயலையும் சில நங்கூரங்கள் குறிப்பிட்ட மனநிலையை, வினையைச் செய்ய வைக்க வல்லவை. நங்கூரங்கள் அமைப்பதற்கு முதலில் பிணைப்பு அவசியம். பின் அவற்றை அவ்வப்போது வலுப்படுத்தி, அடிக்கடி பயன்படுத்தினால் சாகிற வரை வேலை செய்யும். உங்கள் அழைப்பொலியை மாற்றிவிட்டாலோ அல்லது கையில் கைபேசியே இல்லையென்றாலோ அந்த நங்கூரத்தின் விளைவு குறைந்துவிடும்.

நங்கூரங்கள் சுவாரசியமானவை.

•

வண்டுருட்டாம்பழம்

ஊர்ப்பக்கம் வண்டுருட்டாம் பழம் வேணுமா என்று கேட்டு விவரமறியாதவர்களையும் சிறுவர்களையும் கலாய்ப்பார்கள். வண்டுருட்டாம் பழம் என்பது நம்முடைய, மிருகங்களுடைய கழிவுகள்தான். அவற்றை இந்த வண்டுகள் உருட்டி உருட்டி எடுத்துப்போகும். அவைதான் அந்த வண்டுகளுக்கு உணவு மற்றும் முட்டையிடும் இடம். இந்த வண்டுகளுக்கு dung beetles என்று பெயர். சற்றே உவ்வே சமாச்சாரமாக இருந்தாலும் உணவுச் சங்கிலியில் ஆற்றலை ஒரு இடத்தில் இருந்து இன்னொரு இடத்துக்குக் கடத்துவதில் இவற்றுக்கு முக்கியப் பங்கு உண்டு.

Scarabaeidae என்னும் பூச்சிக் குடும்பத்தைச் சேர்ந்த சில வண்டுகளுக்குப் பிரதான வேலையே அதுதான். சில வண்டுகள் தம் கூர்மையான நுகரும் திறனால் கழிவுகளைக் கண்டுபிடிக்கும். சில சோம்பேறி இனங்கள் ஒரு மிருகத்தின் உடலில் தொற்றிக்கொண்டு கழிவு கிடைத்ததும் கோதாவில் இறங்கிவிடும்.

பண்டைய எகிப்தில் இவற்றுக்கு ராஜ மரியாதை இருந்திருக்கிறது. எகிப்தில் ஏகப்பட்ட இடங்களில் இந்த வண்டுகளின் உருவச்சிலைகள் ஓவியங்கள் மற்றும் எலும்பால் ஆன இந்த வண்டு உருவம் கொண்ட அணிகலன்கள் இருந்திருக்கின்றன. எகிப்தியர்கள் இந்த வண்டுகளில் பெண்ணினமே கிடையாது என்றும், தான் உருட்டி எடுத்துப்போகும் கழிவில் தன் விந்தணுவைப் பாய்ச்சி அதன் மூலமே இனப்பெருக்கம் செய்கின்றன

என்றும் நம்பினர். தினமும் கடலில் மூழ்கித் தன்னைப் புதுப்பித்துக் கொண்டு அடுத்தநாள் உதிக்கும் சூரியக்கடவுளை இந்த வண்டோடு ஒப்பிடுகிறார்கள்.

கிரேக்க நாகரிகத்தில் ஒரு சுவாரசியமான கதை ஒன்று இருக்கிறது. இந்தக் கழிவு உருட்டி வண்டிடம் அடைக்கலம் புகுந்த ஒரு முயலை ஒரு கழுகு கொன்று தின்று விட்டதாம். அதற்குப் பழிவாங்க அந்த வண்டு கழுகின் முட்டைகளை இருமுறை உடைத்துவிட்டதாம். இதில் கடுப்பான அந்தக் கழுகு நேரே ஒலிம்பஸுக்குப் பறந்துபோய்க் கடவுள்களில் ஒப்பற்றவரான ஸ்யூஸின் (Zeus) மடியில் முட்டையிட்டு 'நீதான் தைரியமான ஆளாச்சே' என்று இந்த வண்டை வெறுப்பேற்றியதாம். இதனால் வெகுண்டெழுந்த அந்த வண்டு தன் உடல் முழுதும் கழிவை அப்பிக்கொண்டு ஸ்யூஸின் அருகில் பறந்ததாம். என்ன கருமம்டா இது என்று அவர் எழுந்திருக்கையில் அந்த முட்டாள் கழுகின் முட்டைகள் உடைந்து விட்டனவாம். இறுதியாகத் துண்டை உதறித் தோளில் போட்டுக்கொண்டு 'கழுகு முட்டையிடுகிற காலங்களில் மண்ணில் வண்டுகள் இருக்கக்கூடாது' என்று தீர்ப்பு சொல்லிவிட்டுப் போய்விட்டாராம்.

புராணங்கள் இப்படியிருக்க இவை விவசாயத்தின், கால்நடை வளர்ப்பின் மிகப் பெரிய நண்பன். தன் எடையைப் போல முப்பது மடங்கு எடையுள்ள கழிவை ஒரே இரவில் உருட்டி மண்ணுக்குள் புதைக்கும் திறன் பெற்ற இவை. கால்நடைக் கழிவுகளை இடம்மாற்றுதலில், மண்ணின் வளத்தைப் பெருக்குவதில் முக்கியப் பங்காற்றுகின்றன. இப்படிப் பிரித்து அகற்றப்படுவதால் கழிவுகள் ஒரே இடத்தில் குவிந்துகிடந்து அதில் ஈக்கள் வராமலும், நோய் பரவாமலும் தடுக்கின்றன. அமெரிக்காவில் இவை இந்தக் கால்நடைக் கழிவை அகற்றுவதால் வருடத்துக்கு முப்பது லட்சம் டாலர்கள் சேமிக்கிறார்களாம். ஆஸ்திரேலியாவில் இந்த வண்டுகளை அறிமுகப்படுத்திக் கால்நடை வளர்ப்பில் முன்னேற்றம் செய்திருக்கிறார்கள்.

நம்ம ஊர் மாதிரி பசுமை நிறைந்த இடமென்றால் பரவாயில்லை. வறட்சியான இடமென்றால் கிடைக்கும் கொஞ்சூண்டு கழிவுக்கு பயங்கர போட்டி நடக்கும். பெரிதாக உருட்டும் ஆணுக்கே பெண் வண்டுகள் மடியும்.

இதனால் ஒரு வண்டின் உழைப்பை இன்னொரு வண்டு திருடுவதும் உண்டு. திருட்டைத் தடுக்க சட்டுபுட்டென்று கிடைத்ததா உருட்டினோமா என்று கிளம்பிக்கொண்டே இருக்க வேண்டும். ஒரு ஆச்சரியமான விஷயம் என்னவெனில் லோடு எடுத்து முடித்ததும் இவை ஸ்கேலால் கோடு கிழித்தாற்போல் நேர்கோட்டிலேயே பயணிக்கின்றன. குறுக்கே ஸ்பீடு பிரேக்கர்களோ பிற தடங்கல்களோ வந்தால் லேசாக ஒதுங்கி மறுபடியும் பழைய பாதையையே தொடர்கின்றன.

இவை எப்படி நேர்கோட்டிலேயே பயணிக்கின்றன என்பதை மிகத் தீவிரமாக ஆராய்ச்சி செய்திருக்கிறார்கள். இரவில் மிகச் சுறுசுறுப்பாகத் திரியும் இவை சந்திரனின் ஒளியை அடையாளமாக வைத்து நகர்வதாக நினைத்தார் கள். ஆனால் அமாவாசையிலும் இவை தன் பணியைச் செவ்வனே செய்கின்றன. பிறகுதான் ஒரு ஆச்சரியமான உண்மை தெரிந்தது. அவை நிலவைவிடப் பிற நட்சத்திரங் களின் ஒளியை, பால்வீதியில் இருந்து வெளிப்படும் தளமுனைவு கொண்ட ஒளியை (polarised light) வழிகாட்டியாகக் கொள்கின்றன இவற்றின் கண்களைச் சின்ன அட்டையால் மறைத்துவிட்டால் வழிதெரியாமல் அங்கும் இங்கும் கவர்மென்ட் ஆஃபிஸில் கையெழுத்து வாங்கப் போனதுபோல் உருள்கின்றன. மனிதனைத் தவிர நட்சத்திரங்களைக் கொண்டு திசையறியும் ஒரே உயிரினம் இந்தக் கழிவு உருட்டி வண்டுகள்தான்.

நாம் எல்லாவற்றையும் மறந்துபோய், கிழக்குன்னா எந்தப் பக்கம் என்று கேட்டு, இப்படியே போனா வந்திடும்னு நினைக்கிறேன் என்று வண்டியை அங்கே இங்கே திருப்பி கடைசியாக முட்டுச்சந்தில் போய் பல்பு வாங்குகிறோம்.

•

ஒளி மாசு

கடைசியாக நாம் மல்லாந்து வானம் பார்த்தது எப்போது?

என் கணக்கு சுமார் மூன்று மாதங்கள். நிலா பளீரென்று இருக்கிற கார்த்திகை மாத இரவில் மாடியில் உட்கார்ந்து கொண்டிருக்கிறேன். நான் எதுவுமே பண்ணலையே என்பதுபோல் வானம் நல்லபிள்ளையாய் காட்சி கொடுக்கிறது. மேகங்கள் அப்படியே அன்னநடை நடந்து கடந்து போகின்றன. வெகு சில நட்சத்திரங்களே தெரிகின்றன. என் -4, -5 கண்ணை நான் நம்புவதில்லை என்பது வேறு கதை. ஆனாலும் இன்றைய வானம் பார்த்தல் சற்றே வித்தியாசமானது. செயற்கை ஒளிகளால் பாதிக்கப் படாதது. மின்சாரம் இல்லாத சுற்றுப்புறத்தில் வானம் இன்னும் பளீரென்று தெளிவாகத் தெரிகிறது. தேவையில்லாத செயற்கை ஒளிகளால் நாம் எவ்வளவு நம் சுற்றுப்புறத்தைக் கெடுத்து வைத்திருக்கிறோம் என்று தெரிகிறது. இதற்கு light pollution ஒளி மாசு என்று பெயர்.

காற்று மாசுபாடு, நீர் மாசுபாடு ஏன் ஒலி மாசுபாடு கூடத் தெரியும் அதென்ன ஒளி மாசுபாடு? அளவுக்கதிகமான தேவையற்ற ஒளிகளால் சுற்றுப்புறத்தை நிரப்புவதுதான் ஒளிமாசுபாடு.

நகர்ப்புறங்களில் இந்த மாசுபாடு மிக அதிகமாக இருக்கிறதென ஆய்வுகள் தெரிவிக்கின்றன. ஒரு அமாவாசையன்று இரவு வானைப் பாருங்கள். நம் சுற்றுப்புறத்தில் இருந்து எவ்வளவு ஒளி வெளிப்படுகிறது எனப் புரியும். கோடைக்காலங்களில் கலிஃபோர்னியா

மாகாணத்தில் மின்வெட்டுகள் ஏற்படும். சில வருடங்களுக்கு முன் இப்படி இரவு நேரத்தில் மின்வெட்டு ஏற்பட்டிருக்கையில் வானில் நீள்வட்டமாக ஒளியுடன் கூடிய ஓர் அமைப்பு தோன்றியிருக்கிறது. மக்களெல்லாம் ஏதோ வேற்றுக்கிரக பறக்கும்தட்டு எனப் பீதியாகவே, வானியல் அறிஞர்கள் அது நம் பால்வீதிதான் எனத் தெளிவுபடுத்தியிருக்கின்றனர். இரவில் வெறும் கண்ணுக்குப் பால்வீதியும் வேறு பல விண்மீன் தொகுதிகளும் வண்ணமயமாகக் கண்ணுக்குத் தெரிய வேண்டும். நம்மைச் சுற்றி இருக்கும் ஒளி மாசுபாட்டால் அவை கண்ணுக்குத் தெரிவதில்லை.

இந்த ஒளிமாசுபாடு மனிதர்களின், உடல்நலத்திலும், பிற உயிர்களிடத்திலும், செலவாகும் ஆற்றல் ரீதியாகவும் தீங்கு விளைவிக்கும். இதன் சில பின்விளைவுகள் என்ன வென்றே நமக்குத் தெரியாமல் இருக்கலாம்.

மிகவும் பளீரென்ற ஒளி இருக்கும் இடத்தில் பணியில் இருக்கும் மனிதர்களுக்கு தூக்கமின்மை, அடிக்கடி தலைவலி வருதல், உடலுறவில் ஈடுபாடு குறைதல் போன்றவை ஏற்படுகின்றன. வாகனம் ஓட்டும்போது விபத்துகளுக்கும் உயிர்ச்சேதத்துக்கும் காரணமாக இருக்கிறது.

நம்மைச் சுற்றியிருக்கும் உயிரினங்களின் எண்ணிக்கைச் சமநிலையை இந்த ஒளிமாசுபாடு பாதிக்கிறதாம். பொதுவாகவே இருளை விரும்பும் சில சிலந்தி வகைகள், தெருவிளக்குக் கம்பங்களைத் தவிர்க்கின்றன. ஆனால் தெருவிளக்கின் கீழேயே கூடுகட்டி அந்த ஒளியில் மொய்க்கும் பூச்சிகளைப் பிடித்து உண்ணும் சிலந்தி வகைகள் பெருகுகின்றன. கடல் ஆமை வகைகள் பௌர்ணமி அன்று முட்டைகள் பொரிந்து ஆமைகள் வெளிவருமாறு கணக்கிட்டு முட்டையிடும். முட்டையில் இருந்து வெளிவரும் ஆமைக்குஞ்சுகள் கடலில் பிரதிபலிக்கும் நிலவின் ஒளியால் ஈர்க்கப்பட்டு நீர்நோக்கி நகரும். ஆனால் தற்போது கடலைவிட கரையின் விளம்பரப் பலகை, ப்ளக்ஸ், பேனர் இத்யாதிகள் பளபளப்பாக இருப்பதால் கரை நோக்கி நகர்ந்து சாலையின் போக்குவரத்தில் சிக்குண்டு இறந்துபோகின்றன.

ஆற்றல் ரீதியாகப் பொது இடங்களுக்கு விளக்கு வெளிச்சங்கள் அமைத்தல் பெரும் வீண்தான். அரசாங்க அலுவலகங்கள், தேசியச் சின்னங்கள் போன்றவற்றில் இரவு முழுவதும்

எரியும் விளக்குகள் ஏராளமான ஆற்றலை வீணடிக்கின்றன. இதைத்தவிர பொழுதுபோக்கு இடங்களான விடுதிகள், பார், பப், அவற்றின் முன்னே வானம் நோக்கி ஒளியுமிழும் விளக்குகள் இவையெல்லாம் ஏகப்பட்ட ஆற்றலை வீணடிக்கின்றன.

வானியல் அறிஞர்களுக்கு இந்த ஒளி மாசு மிகப் பெரிய தொந்தரவு. நாம் பச்சைத் தண்ணி பல்லில் படாமல் விரதம் இருக்கிறோம் என்று தெரிந்துகொண்டே பக்கத்து வீட்டுக்காரன் நெய் மணக்க, வடை பாயசம் என்று பந்தி போட்டால் எப்படி இருக்குமோ, அப்படித்தான் விண்ணில் இருந்து வரும் நுண்ணிய ஒளிகளை அதன் வேறுபாடு களைக் கவனிக்கும் வானியல் அறிஞருக்கு நாம் வாரியிறைக்கும் ஒளி எரிச்சலைத் தரும். இந்த அக்கப்போரினால்தான் உங்க சங்காத்தமே வேண்டாம் என்று ஊருக்கு ஒதுக்குபுறமாய், அல்லது நடு பாலைவனத்தில் என்று தொலைநோக்கிகளைக் கட்டிவைத்துக்கொண்டு, காடுகளில் ஆஸ்ரமம் அமைத்த அந்தக் கால ரிஷிகளைப் போல் ஆராய்ச்சி செய்கிறார்கள்.

International Dark Sky Association என்னும் அமைப்பு இந்த ஒளி மாசுபாட்டுக்கு எதிரான கோட்பாடுகளை முன்வைக்கிறது. தேவையில்லாத இடத்தில் தேவையில்லாமல் ஒளி விழக்கூடாது; நம் வீட்டில் பன்னிரெண்டு மணி வரை எரியும் ட்யூப்லைட் அடுத்த வீட்டில் இருப்பவரை ஜன்னல் வழியாகக் கூடப் பாதிக்கக்கூடாது; என் இருள்... என் உரிமை என்னும் அளவுக்குப் போகிறது அவர்களின் தீர்மானங்கள்.

விளக்குகளைத் தேவையில்லையெனில் பயன்படுத்தாதீர் கள். அலுவலகங்களில் புழங்கும் இடங்களில் மட்டும் வெளிச்சம் இருக்குமாறு விளக்குகளைப் பயன்படுத்துங் கள். இரவுகளில் ரீடிங் லேம்ப் போன்றவற்றைப் பயன்படுத்துங்கள். விளம்பரங்களுக்கு ஆடம்பரமான ஒளிவிளக்குகளைக் குறையுங்கள். சோடியம் விளக்குகள் போன்றவற்றில் இருந்து, எல்.ஈ.டிக்களுக்கு மாறுங்கள். இப்படி நடைமுறையில் சின்னச் சின்ன மாற்றங்களை முன்வைக்கிறார்கள். செய்து பார்ப்போமே

•

தண்ணீரில் இறங்கும்போது

சின்ன வயதில் இருந்தே ஓடுகிற, பாய்கிற நீரின் மேல் கொள்ளை ஆசை எனக்கு. நீச்சலே தெரியாத வயதில் ஸ்ரீரங்கம் திருமஞ்சனக் காவேரி படித்துறையில் உட்கார்ந்து குளித்துக்கொண்டிருந்தவன் இன்னும் ஒரு படி இறங்கி உட்காரலாமே என்று போனவன் ஆற்றோடு போய் விட்டேன். யாரோ ஒரு பாட்டி சட்டென்று என்னைக் கரைப்பக்கம் இழுத்துப் போட்டார். அப்பாவுக்கு ஆறு, கிணறு என எல்லாவற்றிலும் நீந்தத் தெரிந்தாலும் என்னை ஆற்றுக்கு அனுப்ப பயம். ஆனால் நானோ, என் மாமா ஸ்ரீரங்கத்துக்கு வரும்போதெல்லாம் அப்பாவுக்குக் கம்பி நீட்டிவிட்டு அவரோடு குளிக்கப் போய்விடுவேன்.

ஆண்கள் மேல்நிலைப்பள்ளியில் சேர்ந்த பின்னர் கீதாபுரம் படித்துறையில்தான் காவிரிக்கு நண்பர்களோடு போக அனுமதிக்கப்பட்டேன். இன்று நீச்சல் என்று ஏதோ அடிக்கிறேன் என்றால் அது அங்கே நானாகப் பழகிக் கொண்டதுதான். அங்குமே ஒரு தடவை நீருக்குள் குதிக்கிறேன் என்று குதிக்கத் தெரியாமல் குதித்து இரண்டு ஆள் மட்ட ஆழத்துக்கு உள்ளே போய்விட்டேன். அங்கும் ஒரு ஆபத்பாந்தவர் காப்பாற்றிவிட்டார். தலையில் கொஞ்சம் முடி இருந்தபடியால், பற்றி இழுத்துப்போட முடிந்திருக்கிறது. அன்றிலிருந்து நீருக்குள் பாய்தல் மீதான பயம் இன்னமும் பாக்கி இருக்கிறது.

பொறுமையாக நீருக்குள் இறங்க வேண்டும். இல்லையேல் அதிகம் அதிர்வின்றி மேலாகக் குதித்து நீந்த ஆரம்பிப்பதுதான். இந்த நீருக்குள் இறங்குதல் அதுவும்

ஆறு, ஆறரை மணிக்கு இறங்குதல் ஒரு சொல்லத்தெரியாத அனுபவம். அங்குலம் அங்குலமாய் நீர் மேலேற உடல் ஜில்லிட்டுக் கொண்டே வரும். பரபரவென உள்ளே இறங்கிய ஆள் பின்னால் திரும்பித் தண்ணீரை வாரி பளாரென்று முகத்தில், அடிப்பான். மூச்சைச் சட்டென்று ஆஹ் என்று உள்வாங்குவோம். அடுத்த பத்து நொடிகளில் மொத்தக் குளிரும் ஓடியே போய்விடும். இதன் பின்னால் ஒரு உயிரியல் தகவமைப்பு இருக்கிறது.

முகத்தில் நீர் தெளித்ததும் குளிர் காணாமல் போய்விடுகிற தென்று சொன்னேன் அல்லவா... காரணம் என்னவெனில் முகத்தில் நீர்பட்டவுடன் உடல் நீந்துவதற்குத் தயாராகி விடுகிறது. அதற்கு mammalian diving reflex என்று பெயர். உடல் தானாகவே நீச்சலுக்குத் தயாராகிறது. நீர்வாழ் உயிரினமாய் இருக்கையில், ஆக்ஸிஜன் குறைவான நீருக்குப் போகையில் ரத்தத்தின் ஆக்ஸிஜனைச் சிக்கனமாகச் செலவு செய்ய உருவான அமைப்பு. பரிணாம வளர்ச்சியில் நமக்கும், நீருக்குள் போய் இரை தேடும் சில பறவை களுக்கும் இருக்கிறது. ஆனால் பெயர் மட்டும் ஒருதலைப் பட்சமாய் mammalian diving reflex. இதில் மூன்று முக்கிய மாற்றங்கள் உடலில் நிகழ்கின்றன

1.Bradycardia

இதயத் துடிப்பு 72ல் இருந்து குறைந்து சற்றே கீழே போவது. இதன் மூலம் இருதயத் தசைகள் எடுத்துக் கொள்ளும் ஆக்ஸிஜன் குறைகிறது.பொறுமையாக ரத்தம் பாய்ச்சுகையில் உடலால் ஆக்ஸிஜனை அதிகபட்சமாகப் பயன்படுத்த முடியும். சாதாரணமாக நாம் சுவாசிப்பதிலேயே குறிப்பிடத்தக்க ஆக்ஸிஜன் திரும்ப வெளியேறிவிடுகிறது. நமக்கெல்லாம் பரவாயில்லை. சீல்கள் போன்ற விலங்குகளுக்கு இதயத் துடிப்பு 125 என்பதில் இருந்து, நீண்ட நேர முங்கு நீச்சல்களில் நிமிடத்துக்கு 10 துடிப்பு வரை இறங்குகிறது.

2. Peripheral vasoconstiction

உடலில் எல்லாச் செல்களுக்கும் போய்க்கொண்டிருந்த ஆக்ஸிஜன் பகிர்வு நிறுத்தப்பட்டு, உடல் ஒரு போர்க்கால அடிப்படையில் இயங்கத்தொடங்குகிறது. கை,கால், சரும மேல்பரப்பு, வயிற்றுப்பகுதி என்று ஆக்ஸிஜன் இல்லாமல்

கொஞ்ச நேரம் தாக்குப்பிடிக்கக் கூடிய பகுதிகளுக்கு ரத்தம் குறைக்கப்பட்டு, மூளை, இதயம், நுரையீரலுக்கு மட்டும் ரத்தம் பாய ஆரம்பிக்கிறது. அவைதானே முக்கிய உறுப்புகள். சருமத்தின் மேல்பரப்பில் இருந்து ரத்தம் மடைமாற்றப் படுவதால் நிறம் வெளிறிப்போகிறது. மேற்பரப்பை ரத்தம் பாய்ந்து சூடாக்காததால் சருமம் குளிர்ந்து போகிறது. நரம்புகள் வெப்பநிலையில் மாற்றம் ஏதுமில்லை என மூளைக்குத் தந்தி அனுப்பிவிடும்.

3. Splenic contraction

ஆக்ஸிஜன் குறைவதாலும் கரியமில வாயு அதிகமாவதாலும் ரத்தச் சிவப்பு அணுக்களின் சேமிப்பு குடோனான மண்ணீரல் சுருங்கி கூடுதல் ரத்தச் சிவப்பணுக்களை ரத்தத்தில் கலக்கிறது. இது bradycardia வுக்கு முன்னரும் நிகழலாம். இதன்மூலம் அதே அளவு ரத்தத்தில் கூடுதல் ஆக்ஸிஜனைச் சுமக்க முடியுமல்லவா

பிரமிப்பாய் இருக்கிறதா? கொஞ்சம் கொடூரமான பகுதியும் இருக்கிறது. 'விசாரணை" படத்தில் குற்றமே செய்யாமல் கைது செய்யப்பட்டவர்களை மல்லாக்கப் படுக்கவைத்து, முகத்தில் துணி போட்டு அந்த வில்லன் போலீஸ் நீர் ஊற்றுவார். அந்த முறைக்கு waterboarding என்று பெயர். முகத்தில் நீர்ப் படுகையில் நீருக்குள் போனதாக மூளை தயாராக, மீதி நரம்பு மண்டலம், 'யோவ் நான் தரையிலதானேய்யா இருக்கேன்' என்று குழப்ப மூளை ஸ்தம்பித்துப்போய் உடலைப் பாடாய்ப் படுத்தும். வாட்டர்போர்டிங் உலகளாவிய மனித உரிமைக் கழகங்களால் தடை செய்யப்பட்ட ஒரு விசாரணை முறை.

நன்மை இல்லாமல் இல்லை. supravetricular tachycardia (cautachy ஒரு வேகத்தைக் குறிக்கும் சொல். ஒளியின் வேகத்தையே விஞ்சக் கூடிய ஒரு கற்பனைத் துகளுக்கு tachyon என்று பெயர்) என்னும் அதீத இதயத்துடிப்பை இப்படியும் வழிக்குக்கொண்டு வரலாம் என்று மருத்துவர்கள் சொல்கிறார்கள்.

•

மடக்கும் வாழ்வும்

புது மொபைல் வாங்கியிருப்பீர்கள். முதல் தடவை கீழே விழுகையில் பதறி எடுப்பீர்கள். எல்லாப் பக்கமும் புரட்டிப் பார்த்து, தொடுதிரை ஒழுங்காக இருக்கிறதா என்று பார்த்து, கீறல் விழுந்திருந்தால் உச் கொட்டி சோகமாவீர்கள். இரண்டாவது தடவை விழுகையில் சோகம் சற்றே குறைந்திருக்கும். நியாயம்தான். அதே சோகம் பதினைந்து தடவை விழுந்ததில் இருந்து பதினாறாவது தடவை விழுகையில் இருக்குமா என்றால் இல்லை. சரசர என்று ஒருமுறை சட்டையில் தேய்த்து, உயிர் இருக்கிறதா எனப் பார்த்துவிட்டு அடுத்த வேலையைப் பார்க்கப் போய் விடுவோம்.

இன்னொரு உதாரணம், உங்களைக் கடிக்க ஒரு நாய் துரத்துவதிலும், இரண்டு நாய்கள் துரத்துவதிலும் இருக்கிற பயத்தின் வித்தியாசம் பத்து நாய் துரத்துவதிலும் பதினோரு நாய் துரத்துவதிலும் இருக்கிற பய வித்தியாசமும் ஒன்றல்ல. கணக்குப்படி ஒன்று, இரண்டுக்கும் பத்து பதினொன்றுக்கும் இடையில் இருக்கும் வித்தியாசம் ஒன்றே ஒன்றுதான். எங்கேயோ உதைக்கிறதல்லவா. ஐந்து கி.மீ ஓடுவதற்கும் பத்து கி.மீ ஓடுவதற்கும் இடையில் உள்ள வேறுபாடு இரண்டு மடங்காகத் தெரியும். ஆனால், பதினைந்துக்கும் இருபதுக்கும் இடையில் இருக்கும் ஐந்து கி.மீ வெறும் கூடுதல் ஐந்து மீட்டராக மட்டும் தெரியும். இந்த 'தலைக்கு மேலே வெள்ளம் போயாச்சு சாண் போனா என்ன முழம் போனால் என்ன' பழமொழி போல ஆகிவிடும்.

காரணம் இதுதான். நம் மூளை பல நேரங்களில் எண்களை அளவுகோலில் இருக்கிற மாதிரி எடுத்துக் கொள்வதில்லை. மடக்கை அளவுகோலில் (logarithmic scale) எடுத்துக் கொள்கிறது. ஒன்பதாவது பத்தாவது வகுப்புகளில் க்ளார்க்ஸ் டேபிளை வைத்துக்கொண்டு சிறப்புவரை, பின்னவரை (characteristic, mantisaa) என அடி பின்னி எடுத்திருப்பார்கள். எண்களுக்கான மடக்கை அளவுகோல் வேறுமாதிரியாக இருக்கும். பார்க்கப் படம். இதுதான் அந்த மனநிலை வேறுபாட்டுக்குக் காரணம்.

•

பேஸ்புக் பக்கத்தில் எழுதிய கட்டுரைகள்

தாமதித்த நன்மை பெறல்

ஏழு வயதுவரை தஞ்சாவூர் பக்கம் மெலட்டூரில் இருந்தோம். வருடத்துக்கு மூன்று திவசங்கள் வரும். காலையில் நாங்கள் பள்ளிக்குப் போக வேண்டி இருந்தால் பக்கத்து வீட்டில் இட்லியும் வெல்லம் போட்ட எள்ளு மிளகாய்ப் பொடியும் சாப்பிட்டுவிட்டு நானும் அக்காவும் பள்ளிக்குப் போய்விடுவோம். சனியோ, ஞாயிறோ எனில் எங்களைச் சற்று பொறுமையாக எழுப்பிவிட்டு, பசி தாங்கும் வகையில் பால் அல்லது கஞ்சி பக்கத்து வீட்டில் போய்ச் சாப்பிடுவோம். மதியச் சாப்பாடு வாத்யார்கள் சாப்பிட்ட பின்னர்தான். வாத்யார்கள் சாப்பிட்ட உடன் கண்டிப்பாக இலை போட்டுவிடுவார்கள் எனத் தெரியும். பசித்தாலும் இதோ ஒருவர் மோர் கேட்கிறார். ஒருவர் பாயசம் கேட்கிறார். எப்படியும் அரை மணி நேரத்துக்குள் முடிந்துவிடும் என்று காத்திருப்போம்.

ஸ்ரீரங்கத்துக்கு வந்தபின்னர் ராகவேந்திர மடத்தில் வனபோஜனம் என்று அன்னதானம் மாதிரியான நிகழ்வு நடக்கும். இரண்டொருமுறை போய்ச் சாப்பிட்டிருக்கிறேன். தாமரைத் தண்டை பீன்ஸ், அவரைக்காய் மாதிரி நறுக்கிப் போட்டு சாம்பார் வைப்பார்கள். இலைபோட்டு ஆவி காய் கூட்டு சாதமெல்லாம் பரிமாறி நெய் ஊற்றி விட்டும் போய்விடுவார்கள். பின் ஒருவர் வந்து உள்ளங்கையில் கொஞ்சம் நீர் ஊற்றிவிட்டுப் போவார். பின் மடத்தில் இருக்கும் அர்ச்சகர் மந்திரம் சொல்லி கோவிந்தா என்று முடிப்பார். கோவிந்தா என்று சொல்லி அந்த உள்ளங்கை நீரை உட்கொண்டு சாப்பிடத் தொடங்க வேண்டும்.

திருவிழாக்களில், படையல் போடப்பட்டு தலையாரியோ, பெரிய தலைக்கட்டோ படையலை ஏற்றுக் கொண்ட பின்னரே மற்றவருக்கு. அதுவரை காத்திருக்க வேண்டும்.

இஸ்லாமியர்கள் கண்முன்னே உணவிருந்தாலும் நோன்புக் காலத்தில் எச்சில் விழுங்காமல் கூட இருப்பார்கள்.

இந்தக் காத்திருத்தல் ஒரு மரபுத் தொடர்ச்சி. வேட்டை முடிந்ததும் கூட்டத்தின் தலைவன் எடுத்துக்கொண்டபின் தான் மற்றவருக்கு. அதுவரை பொறுமை அவசியம். எல்லா நாகரிகங்களும் இனக்குழுக்களும் இந்தக் காத்திருத்தலைத் தம் குடிகளுக்கு பழக்கப்படுத்தி வந்துள்ளனர்.

இதையெல்லாம் ஏன் இப்போது சொல்கிறேன் என்று கேட்கிறீர்களா காரணம் இருக்கிறது.

கல்லூரிகளுக்கு வகுப்பெடுக்கப்போகையில், எங்களைப் பணிக்கு அமர்த்தும் நிறுவனங்கள் இருவகைப்பட்டவை. ஒன்று கையில காசு வாயில தோசை. உழைப்பவனுக்கான கூலியைத் தருவதில் ஒரு சிக்கலும் இருக்காது. ஆனால் ஒரு நாளின் சம்பளம் குறைவு. இப்படியான நிறுவனங்களை விரல்விட்டு எண்ணிவிடலாம். மீதமிருக்கும் பல நிறுவனங்கள் 'யார்கிட்டடா கேக்குற அண்ணன்ட தான கேக்குற' என்கிறாற்போல் ஒருநாளைக்கு எவ்வளவு கேட்டாலும் ஒப்புக்கொள்வார்கள். ஆனால் காசைக் கையில் வாங்குவதற்குள் அம்மான் இட்ட செவ்வெண்ணெய் எல்லாம் வெளியே வந்துவிடும். மூன்று அல்லது நான்கு முறை இப்படி இரண்டாம் வகை நிறுவனங்களுக்கு வேலை பார்த்து அடி பட்டோம் என்றால் அடுத்த முறை மனம் அதிக சம்பளத்தின் பக்கம் போகாதல்லவா. குறைவாய்க் கிடைத்தாலும் கண்டிப்பாய்க் கிடைக்கிறது என்று அதைத்தானே தேடுவோம்.

சென்ற பகுதியில் சொன்ன உதாரணங்களில் காத்திருந்தால் கிடைக்கும் என்ற உத்தரவாதம் இருந்தது. ஆனால் மேலே சொன்ன வகைகளில் அது இல்லை. இந்த இரண்டு நிகழ்வுகளின் அடிப்படை, உளவியலின் மிக முக்கியமான ஒரு சோதனைக்கான அடித்தளம் (அதை அடுத்த பகுதியில் நிச்சயமாகப் பார்த்துவிடுவோம்).

காத்திருப்புக்கான பலன் கிடைத்தலுக்கும் கிடைக்காமல் போவதற்கும் இருக்கும் வேறுபாடுகளைப் பார்த்தோம்

அல்லவா. இதை அடிப்படையாகக் கொண்ட உளவியல் சோதனை ஸ்டான்ஃபோர்ட் மார்ஷ்மேலோ பரிசோதனை (stanford marshmallow experiment) எனப்படுகிறது. உளவியலாளரும் ஸ்டான்ஃபோர்டு பல்கலைக்கழகத்தின் பேராசிரியரான வால்டர் மிஷெல் (Walter Mitchell) தன் குழுவினருடன் செய்த ஒரு முக்கியமான சோதனை அது.

1960 களில் அவர், சுமார் ஐந்து முதல் ஏழு வயதுடைய குழந்தைகளைத் தேர்வு செய்து அவர்களை இரண்டு குழுவாகப் பிரித்துக்கொண்டார். ஒரு குழுவுக்கு கலர் பென்சில், க்ரேயான்களெல்லாம் சின்ன அளவில் கொடுத்து பெரியது பின்னர் தருவோம் எனச் சொல்லி சில நாட்கள் கழித்து, அவருடைய குழுவால், பெரிய க்ரேயான்கள் கொடுக்கப் படுகின்றன. இன்னொரு குழுவுக்கு எல்லாம் தேர்தல் வாக்குறுதி மாதிரி, எதுவும் சொன்னதுபோல் தரப்படவில்லை.

இப்போது அந்தக் குழந்தைகளை ஒரு அறையில் அமர வைத்து, அவர்களுக்கு மேர்ஷ்மாலோ என்ற ஒரு இனிப்பு தரப்படுகிறது (இந்த மார்ஷ்மாலோவை நீங்கள் கேட்டிருப்பீர்கள். ஆண்ட்ராய்டின் சமீபத்திய வெளியீடு. என்னைப் போன்ற ரசிகன் அந்தப் பெயர் வைப்பவன். தின்கிற பொருளாகவே பெயர் இருக்கும்). மார்ஷ்மாலோ என்பது நம்மூர் ரவாலாடு மாதிரி இருக்கும், ஆனால் சர்க்கரைப் பாகு கொண்டு செய்யப்படும் இனிப்பு. ஒரு மார்ஷ்மாலோவை அந்தப் பிள்ளைகளின் கையில் கொடுத்துவிட்டு இரண்டு திட்டங்கள் தருகிறார்கள். முதலாவது ஒரு பொத்தானை அழுத்திவிட்டு குடுத்த ஒன்றைச் சாப்பிடலாம். இரண்டாவது பதினைந்து நிமிடங்கள் கட்டுப்பாடாய் சாப்பிடாமல் இருந்தால் இன்னொரு மார்ஷ்மாலோ தரப்படும். இரண்டு மார்ஷ்மாலோ தின்ன ஆசையா என்று குழந்தைகளின் செயல்பாடுகளைக் கவனிக்கிறார்கள்.

கிடைத்த தரவுகளை, எவ்வளவு பேர் சாப்பிட்டார்கள் எவ்வளவு பேர் பொறுத்திருந்தார்கள் சாப்பிட்டவர்கள் எவ்வளவு நேரத்துக்குப் பின் சாப்பிட்டார்கள் என அலசுகிறார்கள். அந்தத் தரவுகளில் இருந்து ஒரு விஷயம் தெளிவானது. க்ரேயான்கள் பெரியவை தருவோம் எனச் சொல்லப்பட்டு, பெரிய க்ரேயான்கள் தரப்பட்ட குழந்தைகள் பதினைந்து நிமிடங்கள் பொறுத்திருந்தன.

வாக்காளர்கள் போல வாய்பார்க்க விடப்பட்ட குழந்தைகள் பதினைந்து நிமிடங்களுக்கு முன்னரே கிடைத்த மார்ஷ்மாலோவைத் தின்றுவிட்டன.

ஆனால், பரிசோதனை இத்துடன் நிறைவடையவில்லை. சுமார் இருபது வருடம் கழித்து பங்கு கொண்டவர்களின் சமூகச் செயல்பாடுகள், கல்வியறிவு, மனமுதிர்ச்சி, நம்பகத்தன்மையை எல்லாம் ஆராய்கையில் காத்திருந்த குழந்தைகள், பொறுமையில்லாமல் தின்றுவிட்ட குழந்தைகளைவிட நல்ல மதிப்பெண்களும், நல்ல மனமுதிர்ச்சியுடனும், கூடுதல் நம்பகத்தன்மையுடனும் இருந்தார்கள். காத்திருந்த குழந்தைகள் போதைப் பொருட்களுக்கோ, மது, ஊது போன்றவற்றுக்கோ அடிமையானது வெகு சொற்ப சதவிகிதம்.

அவர்களை இன்னொரு இருபது வருடம் கடந்து அவர்களின் நாற்பத்தி சொச்சம் வயதில் உளவியல் ஆய்வு செய்தனர். முன்னர் காத்திருந்த குழந்தைகள் எளிதில் உணர்ச்சி வகைப்படாதவர்களாகவும், உணர்வுகளைக் கட்டுக்குள் வைக்கத் தெரிந்தவர்களாகவும் வளர்ந்திருந்தார்கள். காத்திருக்காமல் மார்ஷ்மாலோவைத் தின்ற குழந்தைகள் சராசரி ஆட்களாகவோ, சராசரிக்கும் குறைவான திறன்களோடோ இருந்திருக்கிறார்கள். இந்தக் காத்திருத்தல் என்பது பிறப்பு வழி வருவது இல்லை. வளர்ப்பு வழி வருவது. By Nurture than by nature. அதற்கு கபாலத்துக்குள் மிதக்கும் மூளையைப் பற்றிக் கொஞ்சமே கொஞ்சம் தெரிந்துகொள்ள வேண்டிவரும்.

பாக்டீரியாவில் இருந்து புழு பூச்சி ஊர்வன பாலூட்டி குரங்கு என மனிதன் பரிணாமத்தின் ஒரு பாதையைப் பிடித்து மேலே வருகிறான். ஒரு சில நரம்புச் செல்கள் குழுவாக இயங்குவதில் தொடங்கிப் படிப்படியாக மூளை என்னும் சிக்கலான உறுப்பு வரை வந்திருக்கிறோம். மூளையின் அமைப்பைப் பொறுத்தவரை மூளைக்காம்பும் அதைச்சுற்றி இருக்கிற பகுதிகளும் மிருகங்களிடம் இருந்து அப்படியே நமக்குக் கிடைத்தவை. இந்தக் கதை, கவிதை, தர்க்கம் பிற மனிதனுக்கு உரிய உணர்வுகளுக்கு உரிய பகுதிகள், அதன்மேல் ஏற்பட்ட வளர்ச்சி. ஆக நமக்குள் நிஜமாகவே ஒரு மிருகம் அடங்கி இருக்கத்தான் செய்கிறது. அந்த அடிமூளையில் ventral striatum என்று ஒரு பகுதி இருக்கிறது. செல்லமாக reward centre என்று

அழைக்கிறார்கள். ஒரு செயலின் அனுபவத்தை வைத்து மீண்டும் அந்தச் செயலைத் தூண்டுகிற பகுதி. சுவை மணம் தொடுதல் போன்ற புலன் உணர்வுகளை ஆராயும் பகுதி. Ventral striatum க்கு காத்திருக்கத் தெரியாது. அந்த இன்னொரு டீ, தம், பெக் இதற்கான சந்தர்ப்பத்துக்குக் காத்திராமல் சந்தர்ப்பத்தை உருவாக்கச் சொல்லித் தூண்டுவது இந்தப் பகுதிதான்.

இதை அடக்கி அமர வைத்து, தீர்க்கமாக யோசிக்கக்கூடிய, சமூகத் தொடர்புகள் ஏற்படுத்திக்கொள்ளக்கூடிய, தர்க்கம் செய்யத்தக்க ஓர் இடம் இருக்கிறது. Prefrontal cortex. இதுதான் பகுத்தறிவு (கருப்புச் சட்டை அல்ல) பகுதி.

மார்ஷ்மாலோ சோதனையில் பதினைந்து நிமிடம் காத்திருக்காத குழந்தைகளுக்கு ventral striatum, prefrontal cortex ஐ விட அதிகம் வேலை செய்தது. பார்க்கப் போனால் ஏழு வயது வரை குழந்தைகளுக்கு prefrontal cortex பகுதி முழுமையாக வளர்ந்திருக்காது. இதனால்தான் அடம்பிடித்தல் அதிகமாக இருக்கிறது. சிறு குழந்தைகளுக்கு, காத்திருப்பின் பலனைக் கொடுத்து prefrontal cortex ல் ந்யூரான்கள் தூண்டிவிடப்பட்டன. இந்த prefrontal cortex சரிவர இயங்குவதின் குறியீடுதான் நம்பகத்தன்மை, தேர்வுகளில் அதிக மதிப்பெண் இதெல்லாம். புலன் உள்ளீடுகளை, வாய்ப்புகளை இந்த இரண்டு இடங்களில் எங்கு அனுப்புகிறோம் என்பதில்தான் இருக்கிறது. Ventral striatum ஐத் தூண்டுவது வெட்டு ஒண்ணு துண்டு ரெண்டு என்று முடிவெடுக்க உதவும் என்றாலும் அது ஏதேனும் ஒரு பழக்கத்துக்கு அடிமையாக ஆக்க சாத்தியக் கூறுகள் அதிகம். அதற்கு இருக்கும் இன்னொரு செல்லப் பெயர் addiction centre. அதனால்தான் சமீபத்திய சமூக நடவடிக்கை களும் செயல்பாடுகளும் அச்சமூட்டுகின்றன.

தற்காலச் சூழலில் இந்த delayed gratification மிகப் பெரிய எதிரியாக நான் பார்க்கும் இடங்கள்

கடன்களும் கடன் அட்டைகளும்

பொருளாதாரத்தில் பணம் எவ்வளவுக்கு எவ்வளவு சுழற்சியில் இருக்கிறதோ அவ்வளவுக்கு அவ்வளவு நன்மை என்கிற மனப்பாங்கு கிட்டத்தட்ட எல்லா நாட்டுக்கும் வந்துவிட்டது. கடன் அட்டைகள் வரைமுறை யின்றி வழங்கப்படுகின்றன. பெரிய தொகைகளை

மாதாந்திர தவணைகளாப் பிரிக்கும் வசதி, ஆத்திர அவசரத்துக்குச் செலவழிக்கும் வசதியெல்லாம் இருந்தாலும் காத்திருப்பு என்கிற விஷயம் வெகுவாகச் சுருங்கியிருக்கிறது

செல்லம் கொடுத்தல்

நந்தவனத்தில் ஓராண்டி பாடலில் கூத்தாடிக் கூத்தாடிப் போட்டுடைத்தான்டி என்று வருமில்லையா அதுபோல் பிள்ளைகளுக்கு கேட்டதையெல்லாம் உடனுக்குடன் வாங்கிக் கொடுத்து அவர்களில் ventral striatum செயல்பாட்டைத் தூண்டி விடுகிறார்கள். காத்திருத்தல் என்பதன் நீண்டகால நன்மைகள் தெரியாமலே போய்விடுகிறது அக்குழந்தைகளுக்கு. பின்னாளில் தர்க்கம், தெளிவு, நிதானம் தேவைப்படும் இடங்களில் பின்னடைவைச் சந்திப்பார்கள்.

வேலை வாய்ப்பு

நான் இந்தப் படிப்பு படித்திருக்கிறேன். அதனால் இந்தப் பதவி கிடைத்தால்தான் போவேன் என்கிற சமூக நிலைப்பாடு வந்திருக்கிறது. ஒரு intern ஆகச் சேர்ந்து, தெளிவாகக் கற்றுக் கொண்டு, படிப்படியாக முன்னேறுதல் என்பதெல்லாம் போன தலைமுறையோடு போயே போச்சு. தொழில் தொடங்குவதில் நமக்கு இருக்கும் சுணக்கத்துக்கு இந்தப் பொறுமையின்மையே முக்கியக் காரணம் எனத் தோன்றுகிறது. மூன்று முதல் நான்கு வருடம் எதையும் எதிர்பார்க்காமல் பொறுமையாகக் காய்கள் நகர்த்தி, தொடர்புகளை வளர்த்தால் மட்டுமே ஒரு நிறுவனம் சுமூகமான நிலைக்கு வரும். அந்தப் பொறுமை நம்மிடம் இல்லை. அது வரும்வரை தொழில்முனைவோர்களையெல்லாம் நாம் பெரிய எண்ணிக்கையில் எதிர்பார்ப்பது வீண்.

Delayed gratification ஒரு ஆரோக்கியமான சமுதாயத்தின் அடையாளம். மூன்றில் ஒரு பங்குக்கு மேல் இளையவர்களால் நிரம்பிய ஒரு நிலப்பரப்பில், யாருக்கும் காத்திருக்கத் தெரியவில்லையெனில், அவ்வளவு மனித வளமும் விழலுக்கு இறைத்த நீர்தான்.

•

பேஸ்புக் பக்கத்தில் எழுதிய கட்டுரைகள்

மூர் விதி

என் சிறு பிராயத்தில் எலெக்ட்ரானிக் பொருட்கள்மீது ஏகத்துக்கும் பித்துகொண்டு அலைந்திருக்கிறேன். நேரத்தை எண்களாகக் காட்டுகிற கடிகாரங்கள், கால்குலேட்டர்கள், பின் கணினிகள். புதிதாக ஏதேனும் வந்தால் வாங்க ஆசைப்படுவேன். ஆனால், ஆசைப்படத்தான் முடிந்தது என்பது வேறு விஷயம். அப்பாவையும், இதெல்லாம் கேட்கத் தூதுவராக அம்மாவையும் எவ்வளவு படுத்தியிருக்கிறேன் என்பது இப்போதுதான் புரிகிறது. பட்டன் வைத்த நோக்கியா ஃபோன்கள், பின்னர் பாட்டு கேட்கிற, கேமரா வைத்த மல்டிமீடியா ஃபோன்கள். அதன்பின்னர் ஜாவா ஃபோன்கள், ஆண்ட்ராய்ட் ஃபோன்கள், அப்புறம் டூயல் கோர், க்வாட் கோர் எல்லாம் வந்து இன்று உலகம் எங்கேயோ போய்விட்டது. இப்போதெல்லாம் எலெக்ட்ரானிக்ஸ் வாங்கவே யோசிக்கிறேன். ஒரு குறிப்பிட்ட வசதி இருப்பதாகச் சொன்னால், அது தேவைப்படுமா நான் அதைப் பயன்படுத்துகிறேனா பயன்படுத்துவேனா என்றெல்லாம் யோசிக்கிறேன்.

2012 ல் முதல் மைக்ரோமேக்ஸ் ஆண்ட்ராய்ட் ஃபோன் தொடங்கி, இது என்னுடைய ஆறாவது மொபைல் ஃபோன். ஏதோ ஒரு சத்தியத்துக்குக் கட்டுப்பட்டு வேலை செய்து, நான் அதைப் படுத்துகிற பாட்டையெல்லாம் தாங்கி ஒரு நாள் பொட்டென்று போனது ஒரே ஒரு ஃபோன்தான். மீதியெல்லாம் வாங்கணுமே, புதுசா நிறைய வந்துருக்கே என வாங்கியது. இந்த மின்னணு நுகர்வுச் சந்தை ஒரு

மாயை. ஒரு லட்சத்துக்கு வாங்கினாலும் அடுத்த எட்டு மாதத்தில், பத்து மாதத்தில் அதை விட அதிக வசதிகளைத் தொழில்நுட்பத்தைக் கொண்டு வந்து வாங்க வைத்துவிடும்.

பட்டன் வைத்த ஃபோன் பயன்படுத்துபவர்கள் அபூர்வமான, அதிசயப் பிறவிகளாகத் தெரிகிறார்கள். ஒருமுறை என் தாத்தாவின் ஃபோனில் மெனு என்று திரையில் தெரியும் இடத்தை அழுத்தி, பின் அது தொடுதிரை இல்லையென உரைத்தது. அதிக வசதி கொண்ட ஒன்றைப் பயன்படுத்திய பின் உங்களால் வசதி குறைந்த அடிப்படை ஃபோனை பயன்படுத்தவே முடியாது. மனம் அடிக்கடி கவுண்டமணியின் குரலில் 'நான் எங்க எப்புடி இருக்க வேண்டியவன் ' என்று சொல்லிக் கொண்டே இருக்கும். போவோர் வருவோரிடமெல்லாம் தண்ணியில்லாக் காட்டுக்கு மாற்றலாகிப் போனதுபோல் புலம்புவோம். Lost all my contacts என்று பதிவு போடுவோம்.

ஆனால், ஒரு விஷயத்தை கவனித்திருப்பீர்கள். துவக்ககால பி.ப்பி.எல் செங்கல் வடிவ ஃபோன்கள், தீவிர எடைக்குறைப்புக்கு உள்ளாகி, நடுப்பக்க விளம்பரத்தில் வரும் பெண்கள் போல் கிச்சென்று ஆயிருக்கின்றன. ஒரு புகைப்படம் எடுத்துவிட்டு அடுத்த புகைப்படத்துக்குத் தயாராவதற்குள், திரையில் சுற்றும் வட்டமெல்லாம் காணமற் போய் இன்றைக்கு 360 பாகையிலும் படம்பிடிக்கவும், ஒரே நேரத்தில் பத்து பதினைந்து படங்கள் கொத்தாக எடுத்துத் தள்ளவும் இந்தச் சாதனங்கள் முன்னேறி இருக்கின்றன.

தாம்பரம் ரயில் நிலையத்துக்கு அருகில் இருக்கிறேன் எனக் கண்டுகொண்டு, செங்கல்பட்டு மார்க்கத்தில் இன்னின்ன நேரத்துக்கு ரயில்கள் இருக்கின்றன. கடற்கரை மார்க்கத்தில் இன்னின்ன நேரத்துக்கு இருக்கின்றன எனப் புட்டுப் புட்டு வைக்கிறது கூகுள். எடையும் அளவும் குறைந்திருக்கின்றன. திறன் பல மடங்குகள் அதிகமா யிருக்கிறது. விரல்ரேகையால் பாதுகாப்பு அளித்தல், சைகைகளைப் புரிந்து கொள்ளுதல், படுக்கை வசத்தில் பயன்படுத்துகிறோமா இல்லை நெடுவசத்தில் பயன்படுத்துகிறோமா என்ற உணர்விகள், கொஞ்சம்

உயர்ரக ஃபோன்களில், இதயத் துடிப்பெல்லாம் கணக்கிட கருவிகள் உள்ளன.

இந்த அசுர வளர்ச்சியை இந்த மின்னணுவியலானது அ அம்மா ஆ ஆடு என்ற நிலையில் இருக்கும்போதே ஒருவர் சொன்னார். இந்தத் துறையின் வளர்ச்சி வேகத்தை கணித்தார். அவர் யாரென்று அறியக் காத்திருங்கள்!

1950 களில் மின்னியல் துறை மெள்ள மெள்ள மின்னணுவியல் துறையாக மாற ஆரம்பித்திருந்தது. கணினிகளின் உருவாக்கத்தில் முதல்படி வெற்றிடக் குழாய்கள் கண்டுபிடிப்பு (vaccum tubes). முதல் கணினியான யூனிவாக் சுமார் பதினெட்டாயிரம் வெற்றிடக் குழாய்களைக் கொண்டிருந்தது. அதற்கு நிரல்கள் எழுதுதல் என்பது கொடூரமான வேலை. மூளையை முறுக்கிப் பிழிவதற்கு ஒப்பானது. பின்னர் திரிதடையம் அல்லது மும்முனையங்கள் (transistor) கண்டுபிடித்தது, வீடு முழுக்க வியாபித்திருந்த கணினியை மேஜை மேல் வைக்கும் அளவு சுருக்கியது. ஆனாலும் ஆயிரக்கணக்கான மும்முனையங்களை மின்சுற்றில் சேர்த்து சால்டரிங் வைப்பது என்பது லேசுப்பட்ட காரியம் இல்லை. இடம் அதிகமாகத் தேவைப்பட்டது.

அதன் பின்னரே தொகுப்பு மின்சுற்றுகள் (integrated circuits) பிரபலமாயின. அவை திரிதடையங்களின் அளவைக் குறைத்து ஒரு சில்லுக்குள் நூற்றுக்கணக்கான திரிதடையங் களை அடைத்தன. இது கணிப்பொறியின் திறனை அதிகமாக்கியது. அந்தத் துறையில் ஆராய்ச்சிகள் மேம்பட மேம்பட, இப்படி சில்லுகளுக்குள் திரிதடையங்களை நிறையத் திணிக்க முடிந்தது. சில்லு ஒருங்கிணைப்பியல் (VLSI - Very Large Scale Integration) எல்லாம் பிரபலமானபின் வி.ஐ.பி சூட்கேஸுக்குள் துணி திணித்து ஏறி அமர்கிறாற்போல் அடைக்க ஆரம்பித்தார்கள்.

இப்படி மின்னணுவியல் துறை திண்ணையைப் பிடித்து நடக்கத் தொடங்குகையில்தான், இண்டெல் மற்றும் ஃபேர்சைல்ட் செமிகண்டக்டர் நிறுவனங்களைத் துவக்கியவர்களுள் ஒருவரான கோர்டன் மூர் (Gordon Moore) 1965ல் ஒரு தொழில்நுட்ப இதழுக்கு மின்னணுவியலின் எதிர்காலம் பற்றிக் கொடுத்த பேட்டியில் 'ஒரு தொகுப்புச்

சுற்றில் உள்ள திரிதடையங்களின் எண்ணிக்கை வருடத்துக்கு ஒருமுறை இரட்டிப்பாகும் ' என்று சொன்னார். புலவிளைவுத் திரிதடையங்கள், கூட்டுப் பொருட்கள் (composite materials) பயன்பாடு எல்லாம் அவர் சொன்னதை பத்து வருடங்கள் மெய்ப்பிக்க, 1975ல் தானே ஒரு திருத்தம் சொல்கிறார். இரண்டு வருடங்களுக்கு ஒரு முறை திரிதடையங்களின் எண்ணிக்கை இரட்டிப்பாகும் என்று. இண்டெல் நிறுவனம் அதைத் தோராயமாகப் பதினெட்டு மாதமாக ஆக்கியது. நிரப்பு உலோக ஆக்ஸைடு குறைகடத்தித் தொழில்நுட்பம் (CMOS - Complementary metal oxide semiconductor), புலவிளைவுத் திரிதடையங்கள் (field effect transistors), கார்பனின் புறவேற்றுமை வடிவங்களில் ஒன்றான நேனோ குழாய்களின் குறைகடத்திப் பண்பு, ஓரிழைத் திரிதடையம் இவையெல்லாம் புதிதுபுதிதாகக் கண்டுபிடித்துக்கொண்டே இருக்கிறோம்.

2002 ல் சுமார் நானூறு நேனோ மீட்டர் அகலமிருந்த திரிதடையங்கள், இருபத்தி சொச்சம் நேனோ மீட்டர் அகலத்துக்குச் சுருங்கியிருக்கின்றன. அதிகத் திரிதடையங் களால் வேகம் லட்சம் மடங்குகளுக்கு மேல் அதிகரித்திருக்கிறது. நிலவுக்குச் சென்ற அப்போலோவில் இருந்த கணினியின் திறன் இன்றைக்கு நாம் பயன்படுத்தும் கால்குலேட்டரை விடக் குறைவு! ஐ. பி. எம் நிறுவனம் முதல் முதலில் செய்த ஐந்து எம்.பி வன்தகடு (hard disk) ஒரு நேனோ காரில் பாதி அளவு இருந்தது. அது மொத்தமே சேர்த்து ஒரு பாட்டுதான் சேமிக்கும். இன்றைக்கு தம்மாத்தூண்டு நினைவகங்கள் ஆயிரம் ஜி.பி வரை சேமிக்கின்றன. வன்தட்டுகளில் இருந்து திண்ம நினைவகங்கள் வரை வந்துவிட்டோம் (solid state drives). அவை பூராவும் நேண்ட் வாயில் பயன்படுத்தும் திரிதடையங்கள் தான் (Nand based architecture in transistors).

மூர் சொன்னது ஒரு இயற்பியல் விதி கிடையாது. தட்டான் தாழப் பறந்தால் மழை பெய்யும், உலையில் கொதிக்கும் சோற்றை விரலால் அழுத்திப் பார்த்து அடுப்பை அணைத்து மூடி வைத்தால் சோறாகிவிடும் என்பதுபோன்ற கவனித்தல் சார்ந்த விதி. ஆனால் மூர் சொன்னது ரொம்ப நாளைக்குத் தாங்காது. அதை அவரே சொல்லுகிறார்.

சில்லியல் பற்றிய மூரின் தீர்க்க தரிசனங்கள் காலத்துக்கும் மாறாத விதியெல்லாம் கிடையாது. ஓயாமல் பதினெட்டு மாதங்களுக்கு ஒருமுறை திரிதடையங்களின் எண்ணிக்கையை இரட்டிப்பாக்கிக் கொண்டே இருக்க முடியாது. அதற்கு திரிதடையங்களைச் சிறியதாக்கும் ஆராய்ச்சி நடந்து கொண்டே இருக்கவேண்டும். இப்போதைய நிலவரத்தில் கால் அங்குலத்துக்குக் கால் அங்குலம் பரப்பளவு இருக்கிற ஒரு சில்லில் சுமார் 65000 திரிதடையங்கள் உள்ளன. என்னதான் புதுப்புது தொழில்நுட்பம், புதுப்புது பொருட்கள் எனப் போட்டுச் செய்தாலும் இந்த விதியின் ஆயுள் ரேகை அவ்வளவு சிலாக்கியமாக இல்லை . ஏற்கனவே மூர் இதை வெளியிட்ட பத்து வருடங்களில் ஒரு வருடம் என்னும் கால அளவை இரண்டு ஆண்டுகளாக ஆக்கியதை நினைவில் கொள்க. இப்படி நுணுக்கி நுணுக்கி திரிதடையங்கள் செய்தாலும் நம்மால் ஒரு அணுவைப் பிளக்கமுடியாது அல்லவா. அதிகபட்சம் நம்மால் ஒரு அணுவின் அளவைவிடச் சன்னமாக ஒரு பொருளைச் செய்ய முடியாது. அதுதான் மூர் விதியின் எல்லை.

அதிகபட்சமாக ஒரு தனி அணுவை நாம் திரிதடையமாக்க வேண்டும். சற்றே சிக்கல் அது. ஏனெனில் அந்த நுண் அளவுகளில் அணுவுக்குள் இருக்கும் துகள்களின் நகர்வால் வரும் மின்னோட்டம், அதன் செயல்திறனைப் பாதிக்கும். பதினோராயிரம் வோல்ட்டை வெகு எளிதாய் உயர் அழுத்த மின் கம்பிகளில் கடத்த முடிகிற நம்மால், நுண்ணிய அளவிலான மின்சாரத்தை கட்டுக்குள் வைக்க முடியவில்லை. அவ்வளவு நுண்ணிய மின்சுற்றெல்லாம் நாம் தொடுவதாலேயே புகைந்து செயலிழக்கக் கூடும். காரணம் நம் தோலில் இருக்கக்கூடிய மின்னேற்றம் அணுவுக்குள் ஓடுவதை விட ஆயிரம் மடங்குக்கு மேல் அதிகம். திரவ நைட்ரஜனின் வெப்பநிலையான -145 டிகிரி செல்சியஸில் ஒற்றை அணுவால் ஆன மின்னணுப் பொருட்கள் சாத்தியப்படலாம் என்று எதிர்பார்க்கிறார்கள். அறை வெப்ப நிலையில் செயல்படக்கூட அளவில் வடிவமைக்கவோ தயாரிக்கவோ முடியவில்லை.

இதனால்தான் மூர் விதி தன் அந்திமக் காலத்தை எதிர்பார்த்திருக்கிறது என்று சொல்கிறார்கள். 2020 ல் தன் வீழ்ச்சியைச் சந்திக்கும் எனக் கணினி உலகம் பேசிக் கொள்கிறது. சில்லியலில் ஆராய்ச்சி செய்யும்

நிறுவனங்கள், மூரின் தீர்க்க தரிசனத்தைத் தங்களின் இலக்காக வைத்து நகர்ந்தார்கள். அடுத்து என்ன என்று கணிப்பொறி உலகம் எதிர்பார்த்துக் காத்திருக்கிறது. இத்தனை நாள், பல பேருக்குத் தெரியாவிடினும் மின்னணுவியலின் பொருளாதாரத்தை நிர்ணயம் செய்த ஒரு விதி செயலிழந்து போனால் அடுத்து என்ன என்று யோசிக்கிறார்கள். பொருள்களின் விலைகள் குறைந்தாலும் மேம்படுத்தப்பட்டவை சந்தையை எட்டுவதற்கு நாள் பிடிக்கும். நுகர்வுச் சந்தை மந்தமாகலாம். காத்திருந்து பார்ப்போம்.

•

ஹைப்போகான்ட்ரியாக்கள்

நாங்கள் பரமக்குடியில் இருக்கையில் என் அம்மாவின் பாட்டி எங்களோடு இருந்தார். என் சித்தி பிரசவத்துக்காக அங்கு வந்திருக்கையில், சித்தி டாக்டரிடம் செக்கப்புக்காக போகையில் எல்லாம் பாட்டியும் கூடப் போவார். டாக்டரிடம் தூக்கம் வரவில்லை, தலை வலிக்கிறது, சளி பிடித்திருக்கிறது என்று ஏதாவது சொல்லித் தனக்கு ஏதேனும் மருந்து வாங்கிக் கொண்டு வந்துடுவார். இதைத்தவிர மாதம் இருமுறை சத்து ஊசி போட்டுக்கறேன் என்று வேறு போவார். ‘சத்து ஊசி போட்டுண்டா சரியாப் போயிடும்’ என்பது அவரின் அசைக்க முடியாத நம்பிக்கை.

அந்த டாக்டரும் சலைன் அல்லது க்ளுக்கோஸை ஊசியில் ஏற்றிப் போட்டு விடுவார். அந்தப் பாட்டிக்கு கடைசி வரையில் தனக்கு ஏதோ ஒரு வியாதி இருக்கிறது என நம்பினார். மேலும் அதன் மூலம் அனுதாபத்தையும் எதிர்பார்த்தார். அன்றைய தேதிக்கெல்லாம் நல்லவேளை யாக இணையம் இல்லை. இருந்திருந்தால் தலைவலி ஏன் வருகிறது எனப் பார்த்துவிட்டு தனக்கு ப்ரெயின் ட்யூமர் எனச் சொல்ல ஆரம்பித்திருப்பார்.

இன்றைய தேதிக்கு அந்தப் பாட்டியைப் போன்ற ஆட்கள் நிறைய இருக்கிறார்கள். சிக்கல் என்னவெனில் அவர்களின் கையில் இணையம் வேறு இருக்கிறது. ஜலதோஷம் பிடித்ததைத் தேடி நிமோனியாவா இருக்குமோ என்று பயப்படுவார்கள். முந்தின நாள் ராத்திரி இடது பக்கம் எகனை மொகனையாகப் படுத்துத் தோள் வலிக்க, ஹார்ட் அட்டாக் வரை பயப்படுவார்கள்.

இன்னும் சில பேருக்கு 'உங்களுக்கு ஒண்ணும் இல்லை. யூ ஆர் பர்ஃபெக்ட்லி ஆல்ரைட்' என்று சொல்பவர் நல்ல டாக்டர் இல்லை. 'அந்த டாக்டருக்கு எதுவுமே தெரியலை. எனக்கு என்னவோ மாதிரி இருக்குன்னு தானே போயிருக்கேன். ஒண்ணும் இல்லைங்கறார் அவர்' என்பார்கள். டாக்டர்கள் என்றால் அவர்களுக்கு 'ஓ ஐ சீ! எவ்ளோ நாளா' என்று கேட்டு, கால் வலி என்றாலும் ஸ்டெதஸ்கோப் வைத்து இழுத்து மூச்சு விடச் சொல்லி 'இந்த மருந்த சாப்டுங்க! ரெண்டு வாரம் கழிச்சு வாங்க!' என்று சொல்லவேண்டும். அப்போதான் நல்ல டாக்டர்.

இந்த வகையான அமைப்பை hypochondriacs ஹைப்போகான்ட்ரியாக்ஸ் என்கிறார்கள். பண்டைய கிரேக்கத்தில் இந்தச் சொல்லுக்கு நெஞ்சு எலும்புக்குக் கீழ் என்பது பொருள். அவர்களின் மருத்துவ முறையில், நாம் வாதம் பித்தம் கபம் என்று மூன்று சொல்வதுபோல் அவர்கள் blood, phlegm, yellow bile and black bile என்று நான்கு சொல்கிறார்கள். இதில் மனப் பிழற்வுக்குக் காரணமான black bile நெஞ்செலும்புக்கு கீழ் இருப்பதாக நம்பினார்கள்.

பின்னாளில் இதே சொல் ஆங்கிலத்துக்கு வருகையில், தனக்கு நோயே இல்லாத போதும், ஏதோ இருப்பதுபோல் நம்புபவர்களைக் குறிக்கும் சொல்லானது. தீவிரமாகத் தன் உடல்நலத்தைப் பற்றிச் சிந்திப்பார்கள். இவர்களுக்கு மனநல ஆலோசனையெல்லாம் வேலைக்காகாது. காரணம் தனக்கு ஏதோ தீவிரமான வியாதி என்னும் அழுத்தமான நம்பிக்கை உடையவர்கள். எந்நேரமும் தனக்கு உடலில் ஏதோ பிரச்னை என்பார்கள். அவர்களைச் சமாளிக்க ஒரு வழி இருக்கிறது. அதன் பெயர் placebo ப்ளேசீபோ.

ஆங்கிலேய மருத்துவரான சர்.ப்ளசீபோ தன்னிடம் மூட்டு மாற்று அறுவைச்சிகிச்சைக்கு வந்த நால்வரில் இருவருக்கு மட்டும் மூட்டு மாற்றும் சிகிச்சை முறையாகச் செய்து, மீதம் இருவருக்கு வெறுமனே கீறி, தையல் மட்டும் போட்டார். ஆனால் நால்வருக்கும் ஒரே மாதிரியான கவனிப்பு, மருந்துகள். மூட்டு மாற்றப்படாதவரும் மாற்றப் பட்டவர்களும் ஒரே மாதிரியான முன்னேற்றம் காண்பித்தார்கள். ஆக, தனக்கு மூட்டு மாற்றப் பட்டிருக்கிறது என இரு சாராருக்கும் ஆழமான நம்பிக்கை.

அந்த நம்பிக்கை உடலில் பிரதிபலித்தது. என் கொள்ளுப் பாட்டிக்கு சலைனோ க்ளுக்கோஸோ ஊசியாகப் போடப் பட்டதும் ப்ளேசீபோ விளைவுதான். இவர்களை ப்ளீசீபோவால்தான் மீட்க முடியும். ப்ளேசீபோ கொடுத்த பின்னர்தான் இவர்களிடம் நாம் பேசிப் புரிய வைக்க முடியும். அதுவரை இல்லாத வியாதியைப் பிடித்துக் கொண்டு தொங்குவார்கள்.

•

ஊஆ2ஆ தளத்தில் வெளியான கட்டுரை

பவளப்பாறைகள்

'**ப**ச்சைமா மலைபோல் மேனி பவளவாய் கமலச் செங்கண்'

'சித்தடியே சித்தடியே செம்பவளச் சித்தடியே'

கொஞ்சம் நூல்பிடித்துப் பின்னால் போனால் அகநானூற்றின் மூன்று பகுப்புகளில் மணிமிடைபவளம் என்று ஒரு பகுதி இருக்கிறது. குறுந்தொகையில் கடவுள் வாழ்த்துப் பாடலில் 'தாமரை புரையும் காமர் சேவடி; பவளத் தன்ன மேனித் திகழொளி' என்று வருகிறது (குறுந்தொகை என்னும் ரொமான்ஸ் புக்குக்கு எதற்குக் கடவுள் வாழ்த்து என்று க்ராஸ் கொஸ்டின் கேட்பவர்களுக்கு சம்பூர்ணேஷ் குமாரின் திரைக்காவியங்கள் கதறக் கதற திரையிட்டுக் காட்டப்படும் என்று எச்சரிக்கிறேன்).

மேற்சொன்ன எல்லாவற்றிலும் பவளம் என்னும் சொல் வந்திருக்கிறது பாருங்கள். இரண்டாயிரம் ஆண்டுகளுக்கு முன்னரே பவளம் நமக்குப் பரிச்சயம். நவரத்தினங்களில் ஒன்று. பார்க்கப்போனால் நவரத்தினங்களில் முத்தும் பவளமும் வித்தியாசமானவை. இரண்டுமே உயிர்களால் உருவாக்கப்படுபவை. மேலும் இரண்டும் நீருக்கடியில் கிடைப்பவை. வேதியியல் படி இரண்டும் ஒரே சேர்மம் தான். முத்து என்பது சிப்பியில் இருந்து கிடைக்கிறது. சிப்பி இருக்கிறது முத்து இருக்கிறது எனப் பாட்டெல்லாம் வந்துவிட்டது. ஆனால் பவளம் பற்றிப் பெரிதாக நாம் அறிந்ததில்லை. கொஞ்சம் அறிவோம்.

ஜெல்லி மீன்கள், கடல் ஆனிமோன் எனப்படும் குழியுடலிகளைத் சேர்ந்தவைதான் பவளங்களும். ஆனால் ஜெல்லி மீன்களைப் போல் இவற்றால் நீந்த முடியாது. ஏதேனும் ஒரு இடத்தில் ஒட்டிக்கொண்டு வளர வேண்டியது தான். சரி நகராமல் மரம் மாதிரி இருக்க வேண்டியதுதானே. ஆனால் மரம் மாதிரி சுயமாக உணவு விளைவிக்க முடியுமா என்றால் ம்ஹூம். பின்னர் உணவு வாயில் வந்து விழும் என்றா காத்திருக்கமுடியும். அப்போ என்னதான் செய்வதாம். செய்கின்றன.

அதாவது ரொம்ப ஆழமாகவும் இல்லாமல் ரொம்ப கடல்மட்டத்துக்கு அருகிலும் இல்லாமல், சமையல் குறிப்பில் உப்பு தேவையான அளவு என்று சொல்கிறாற் போல் சூரிய ஒளி தேவையான அளவு இருக்கும் இடத்தில் போய் ஒட்டிக்கொள்கின்றன. நீரில் இருக்கும் கால்சியம் சத்தையும் கடல்நீரில் கரைந்திருக்கும் கார்பன் டை ஆக்ஸைடையும் கலந்து கால்சியம் கார்பனேட் (நாம் சுவர்களுக்கு அடிக்கும் அதே பொருள்தான்) என்னும் பொருளைச் சுமக்கின்றன. அதனை ஒரு கூடு போலக் கட்டிக்கொண்டு வசிக்கின்றன.

இதனால் இரண்டு நல்ல விஷயங்கள்: ஒன்று பாதுகாப்பு. போகிற போக்கில் இந்தப் பவளங்களை எந்த உயிரினமும் லபக்கென்று விழுங்கிவிட முடியாது. இன்னொன்று சூரிய ஒளியால் உணவு தயாரிக்க வல்ல பாசி வகைகளுக்கு இந்தக் கூட்டை உள்வாடகைக்கு விடலாம். வாடகையாக உணவு பெற்றுக் கொள்ளலாம். அதுமட்டுமில்லை இந்தப் பவளப் பாறைகளுக்கு வண்ணங்கள் தருவதும் இவைதான். இது பாசிகளை மட்டும் அனுமதிக்கப் பாசிகளைத் தின்னச் சிறு கடல்வாழ் உயிரிகளும், அவற்றைத் தின்ன மீன்களும், அப்படியே ஒரு ஒட்டுமொத்த உணவுச் சங்கிலியே அந்தக் கூட்டைச் சுற்றி வளரத் தொடங்கும். இப்படி ஒட்டு மொத்தக் கடல்படுகையையே, நம்மூர் கல்வித் தந்தைகள் கட்டடம் கட்டுவதுபோல் ஆக்கிரமிப்பு செய்து உருவாவது தான் coral reefs. இப்படி ஒரு பவளப் பாறை உருவாகப் பத்தாயிரம் முதல் இருபதாயிரம் வருடங்கள் ஆகும். நம் கல்வித்தந்தைகளின் கட்டடம் கட்டும் வேகத்தில் கோடியில் ஒரு பங்கு கூட இல்லை.

இப்படி ஒரு குறிப்பிட்ட ஆழத்தில் வளர்கிற இந்தப் பவளப் பாறைகள் ஒட்டுமொத்தக் கடலடிப் பரப்பில் ஒரு

சதவிகிதத்துக்குக் கீழே இருந்தாலும், கடல்வாழ் உயிரிகளில் 25% இந்தப் பவளப் பாறைகளில்தான் வசிக்கின்றன. பாசி, zooplankton என்னும் பாசி உண்ணிகள், மீன், விலாங்கு மீன் வகைகள், சுறா, ஆமை எனச் சுமார் மூவாயிரம் உயிரினங்களுக்கு இந்தப் பவளப் பாறைகள்தான் முகவரி. இப்படி ஆயிரக்கணக்கான உயிர்களுக்கு அடைக்கலம் கொடுப்பது மட்டுமின்றி, புவி வெப்பமயமாதலையும் இவை தடுக்கின்றன. காற்றில் மிகுதியாக இருக்கும் கார்பன் டை ஆக்ஸைட் கடல்நீரில் கரைய, அதைக் கொண்டுதான் இவை தன் கூடுகளைக் கட்டுகின்றன. மேலும் பல மீன்களுக்கு இனப்பெருக்கம் செய்யும் இடமாக இருக்கின்றன.

இவற்றில் முக்கியமான பவளப்பாறைத் தொகுதி, ஆஸ்திரேலியாவின் குவின்ஸ்லேண்ட் கடற்கரைக்கு வடக்கே இருக்கும் புகழ் பெற்ற the great barrier reef. வானில் இருந்து பார்த்தாலே கண்ணைக் கவரும் பவளப் பாறைகள் உண்டு இங்கே. ஆஸ்திரேலியாவின் மிக முக்கியமான சுற்றுலாத்தலமாகவும் இருக்கிறது.

ஆனால், இந்தப் பவளப் பாறைகள் ரொம்ப நெகிழ்வானவை. சின்ன அதட்டலுக்கே கண்ணில் தண்ணி வைத்துக்கொள்ளும் ஆட்களைப்போல் கடல்நீரின் வெப்பநிலை சற்றே மாறினாலும் இவை பாதிக்கப்படும். வெப்பநிலை உயர்ந்தால் இந்த உணவும் நிறமும் தரும் பாசிகள், வீட்டைக் காலி செய்துகொண்டு போய்விடும். அது போனால் உணவு நிறம் ரெண்டும் போச்சு. பாசி இல்லையெனில், மீன், சுறா இதெல்லாம் எட்டிக்கூடப் பார்க்காது. ஆகப் பவளப் பாறைகள் இருத்தல் ஒரு நல்ல சூழியலுக்கான அறிகுறி.

இந்தப் பாசிகள் போய்ப் பவளங்கள் வெளுப்பதை bleaching என்கிறார்கள்.

ப்ளீச்சிங் நடப்பதற்கு முக்கியமான காரணம் வெப்பநிலை உயர்தல். இவற்றுக்கு ஏற்படும் பிற ஆபத்துகள் நம் மீன்பிடிக்கும் முறைகள், குப்பைகள், கழிவு நீரைக் கடலில் கலக்கவிட்டு அதன் அமிலத்தன்மையை மாற்றுதல் இதெல்லாம்.

இந்த வெளுத்தலால், உலகின் பத்து சதவீதப் பவளப் பாறைகள் அழிந்துவிட்டதாகச் சொல்கிறார்கள். மீதி பவளப் பாறைகளும் கடல்மட்டம் உயர்வதால் ஆபத்தில் இருக்கின்றன. பலநாடுகளில் பவளப் பாறைப் பகுதிகளில் scuba diving (நீர்மூழ்கி விளையாட்டு) செய்ய தடை விதித்துவிட்டார்கள். செயற்கையாக இவற்றை வளர்ப்பதற்கு முயற்சிகள் நடக்கின்றன. நல்லதே நடக்குமென்று நம்புவோம்.

•

FB2B இணையதளத்தில் வெளிவந்த கட்டுரை.

www.ingramcontent.com/pod-product-compliance
Lightning Source LLC
LaVergne TN
LVHW100552051026
849519LV00003B/923
* 9 7 8 9 3 8 6 7 3 7 4 2 7 *